सेंद्रिय व बायोडायनामिक पद्धतीने डाळिंबावरील कीडरोगांचे व्यवस्थापन

दिलीपराव देशमुख बारडकर

Sendriya va Biodynamic Paddhatine Dalimbavaril Keedroganche Vyavasthapan
© Diliprao Deshmukh Baradkar

सेंद्रिय व बायोडायनामिक पद्धतीने डाळिंबावरील कीडरोगांचे व्यवस्थापन
दिलीपराव देशमुख बारडकर

प्रथम आवृत्ती	:	जानेवारी २०२१
मुखपृष्ठ	:	जावेद मुजावर
मुद्रितशोधन व मांडणी	:	अश्विनी महाजन
प्रकाशक	:	सकाळ मीडिया प्रा. लि.
		५९५, बुधवार पेठ,
		पुणे ४११ ००२
ISBN	:	978-93-89834-42-0
संपर्क	:	०२०-२४४० ५६७८ / ८८८८८ ४९०५०
		sakalprakashan@esakal.com

Disclaimer:
The views expressed in this book are those of the Authors and do not necessarily reflect the views of the Publishers.

मनोगत

डाळिंब हे फळझाड कोणतेही पीक येत नाही, अशा निकृष्ट, हलक्या, पडीक, माळरानाच्या किंबहुना जिथे कुसळही उगवत नाही अशा जमिनीतसुद्धा चांगले येत असल्याने महाराष्ट्रात त्याची लागवड झपाट्याने वाढली आहे. डाळिंबाच्या झाडाची साल, पाने, फुले, फळांची साल, बीज इत्यादींमध्ये असणाऱ्या औषधी उपयुक्ततेमुळे पुढील ५० वर्षे तरी त्याला राष्ट्रीय व आंतरराष्ट्रीय स्तरावर खात्रीची बाजारपेठ उपलब्ध असणार आहे.

डाळिंबावर सुमारे २२ प्रकारच्या किडी, २३ प्रकारचे रोग व पाच प्रकारचे प्राकृतिक विकार आढळतात. त्यांच्या नियंत्रणासाठी डाळिंब उत्पादक रासायनिक खते, कीड, रोग व तणनाशक यांचा अमर्याद वापर करतात. एवढे करूनही डाळिंबाचे समाधानकारक उत्पन्न मिळत नाही. परिणामी, खर्च वाढून प्रसंगी बाग काढून टाकण्याची पाळी येते. शिवाय, रसायनांमुळे जमीन, पाणी, आरोग्य व पर्यावरण यांचे अतोनात नुकसान होते. इतर सर्व पिकांच्या बाबतीत हीच परिस्थिती आहे. त्यामुळे आता शेतीपद्धतीला नवीन दिशा देण्याची वेळ आली आहे. आता कीड-रोगांना नष्ट करण्याऐवजी आपल्या पिकातच किंवा फळझाडातच त्यांच्याविरुद्ध प्रतिक्षमता (Immunity) निर्माण करून कीडरोगांना लांब ठेवण्याचे दूरसारक (Repellancy) तंत्र अवगत करावे लागेल. मित्रकीड, शत्रुकीड, मित्रबुरशी व शत्रुबुरशी यांचे नैसर्गिक संतुलन राखून जैविक व्यवस्थापनेसाठी (Biological Pest Management) निसर्गाची मदत घेता येईल.

मला कृषी संशोधनाची पूर्वीपासूनच आवड असल्याने १९७१मध्ये नागपूर येथून कीटकशास्त्र विषय घेऊन प्राविण्यासह कृषी पदव्युत्तर शिक्षण पूर्ण केले. त्यानंतर हिंदुस्थान सीबा-गायगी इंडिया लिमिटेड (आताची सिंजेंटा) या कीडनाशक उत्पादक कंपनीत सतत १० वर्षे संशोधन करण्याची संधी मिळाली. शेतकऱ्यांच्या शेतावर महाराष्ट्र, कर्नाटक, तमिळनाडू, मध्य प्रदेश व गोवा येथे द्राक्ष, डाळिंब, काजू, आंबा, नारळ, चहा, भाजीपाला, ऊस इत्यादी पिकांवरील कीड, रोग व तण यांचे नियंत्रण करण्याचे (आरब्बीडी पद्धतीने) संशोधन केले. विषारी रसायनांच्या सततच्या संपर्काने स्लो पॉयझनिंग होऊन माझे दोन्ही पाय सुजले. पत्नीच्या आधाराशिवाय चालता येत नव्हते. ॲलोपॅथी, होमिओपॅथी, आयुर्वेद औषधांनी हात टेकल्यावर शेवटी निसर्गोपचाराने बरा झालो. १९९८पासून स्वतः व इतरांनाही विषमुक्त जैविक शेती करण्यास प्रवृत्त करत आहे.

'सर्वच पिकांवर कीडनाशकांचा वापर १०० टक्के बंद केला पाहिजे,' हे धाडसी विधान मी पुढील अभ्यासानंतर करत आहे. पिकावर फवारलेली कीडनाशके नष्ट होत नाहीत. त्यांची नंतर उप-रसायने (Metabolites) तयार होतात, त्याला OXONS म्हणतात. ती मूळ रसायनापेक्षा १० ते १०० पट अधिक विषारी असतात. शास्त्रज्ञ असे म्हणतात, की कीडनाशकांच्या विषांशाचे ठराविक प्रमाण सुरक्षित असते. त्याला LD50 (लीथल डोस), MRLs (मिनिमम रेसिड्यू लिमिट्स), ADIs (ॲक्सेप्टेबल / ॲव्हरेज डेली इनटेक) या परिभाषेत मोजले जाते. या निर्धारित मर्यादांचे आकडेच चुकीच्या चाचणी पद्धतीने काढले असल्याचा दावा निष्पक्ष शास्त्रज्ञ व आंतरराष्ट्रीय कीर्तीच्या जर्नल्समधून अनेक शास्त्रज्ञांनी पुराव्यासह प्रकाशित केले आहेत. शास्त्रज्ञ असेही म्हणतात, कीडनाशकाच्या चाचणी पद्धतीने ॲक्युट टॉक्सिसिटी मोजली जाते. क्रॉनिक टॉक्सिसिटी म्हणजे पुढील पिढ्यांच्या मानवी आरोग्यावर होणारे संभाव्य दुष्परिणाम तपासले जात नाहीत. कीडनाशकातील फक्त ॲक्टिव्ह इनग्रेडियंट रसायनाचे परीक्षण होते; त्यासोबत मिसळल्या गेलेल्या इमल्सीफायर्स, सॉल्व्हंट्स, सरफेक्टंट्स, ॲडज्युएंट्स यांची चाचणी होत नाही.

दुसरी महत्त्वाची बाब म्हणजे कीडनाशकांच्या विषांशाचे (Safe Residue Limit) मानवी आरोग्याच्या न्यूरोडेव्हलपमेंटवर, एन्डोक्राईन डिसरप्शन कॅपॅसिटीवर संशोधन न होताच ते सुरक्षित समजले जाते. वरील सर्व माहिती तपशीलवार व पुराव्यासह अभ्यासण्यासाठी वाचकांनी *The Myths of Safe Pesticides* हे पुस्तक जरूर वाचावे. या पुस्तकाचे लेखक श्री. ॲन्ड्रे ल्यू ऑस्ट्रेलियात सेंद्रिय शेती करतात. ते इंटरनॅशनल फेडरेशन ऑफ ऑर्गॅनिक ॲग्रिकल्चर मूव्हमेंट (IFOAM) या संघटनेचे अध्यक्ष होते.

हैदराबादस्थित एका स्वयंसेवी संस्थेमार्फत वर्धा जिल्ह्यात शेतकऱ्यांच्या ४०० हेक्टर्स शेतावर भगवा डाळिंबाची सेंद्रिय लागवड करण्याची संधी मला पाच वर्षे प्राप्त झाली. या प्रकल्पात विषमुक्त व शाश्वत उत्पन्न मिळवण्यासाठी अवलंबलेल्या एकात्मिक शेतीपद्धतीचा अनुभव अतिशय मोलाचा वाटला. डाळिंबासकट सर्वच पिकांच्या लागवडीसाठी शेतकऱ्यांनी जमिनीचे विज्ञान (Soil Science), पिकांचे विज्ञान (Crop Science) आणि ब्रह्मांड विज्ञान (Cosmic Science) यांचा एकात्मिक अभ्यास करून लागवड केली तर त्यांना शाश्वत विषमुक्त कृषी उत्पादन मिळेल, तसेच जमीन, पाणी, आरोग्य व पर्यावरण सुरक्षित राहील.

या पुस्तकात नमूद केलेले तंत्रज्ञान समजून घ्यावे. आपल्या परिसरातील हवामान, जमिनीचा प्रकार, उपलब्ध साधनसामग्री व स्वानुभव यानुसार प्रस्तुत तंत्रज्ञानात सुधारणा करावी, वाटल्यास त्याचा प्रत्यय लहान क्षेत्रावर अनुभवावा व खात्री करून घ्यावी. चांगला अनुभव आल्यास इतरांनाही कळवावा. विज्ञान नेहमीच नित्यनूतन असते.

आयुष्यभर समाजकार्य करणाऱ्या व मला सतत प्रेरणा देणाऱ्या माझ्या दिवंगत आईवडिलांना सदर पुस्तक समर्पित करतो. माझे गुरुवर्य आदरणीय मनोहरभाऊ परचुरे (नागपूर) व श्री. विक्रम बोकेसर (पुणे) यांच्या बहुमोल मार्गदर्शनाबाबत आभार! माझी सुविद्य पत्नी सौ. विजया, मुलगी डॉ. आरती व जावई श्री. जीवन व्यवहारे यांच्या प्रोत्साहनामुळे लिखाण पूर्ण करता आले. त्यांचे आभार! महत्त्वपूर्ण माहिती राष्ट्रीय व आंतरराष्ट्रीय पातळीवरील वाचकांपुढे नेण्याची संधी दिलेल्या सकाळ प्रकाशनचे मी विशेष आभार मानतो.

दिलीपराव देशमुख बारडकर

अनुक्रमणिका

सेंद्रिय शेतकऱ्यांची प्रतिज्ञा

भारत माझा देश आहे.

सारे भारतीय माझे बांधव आहेत.

माझ्या शेतीवर माझे प्रेम आहे.

माझ्या देशातील पुरुष व स्त्रियांना समान हक्क असेल.

माझ्या देशातील पारंपरिक बी-बियाणे

आणि विविधतेने नटलेल्या संस्कृतीचा

मला अभिमान आहे.

त्या पारंपरिक बी-बियाणे व सेंद्रिय शेतीची

संरक्षण करण्याची पात्रता माझ्या अंगी यावी

म्हणून मी सदैव प्रयत्न करीन.

मी माझ्या शेतातील किंवा आजूबाजूला

उपलब्ध असलेल्या पशुपक्षी, वनस्पती, प्राणी, सूक्ष्म जीवजंतू

व सेंद्रिय बी-बियाणे यांचे संरक्षण करीन.

मी पाण्याचा योग्य वापर करीन व जलचरांचे संवर्धन करीन.

मी सेंद्रिय खते व बी-बियाणे तयार करून त्यांचाच वापर करीन व

जमिनीला जिवंत ठेवीन.

मी माझ्या सेंद्रिय शेतीत विषारी औषधी

रासायनिक खते तसेच जीवात्मक प्रक्रिया

केलेले बीज वापरणार नाही व बीजप्रक्रियेसाठी

नैसर्गिक व पारंपरिक पदार्थांचाच वापर करीन.

माझी सेंद्रिय शेती व माझे सेंद्रिय शेतकरी बांधव

यांच्याशी निष्ठा राखण्याची मी प्रतिज्ञा करत आहे.

त्यांचे कल्याण आणि त्यांचा विकास

यातच माझे सौख्य सामावलेले आहे.

सौजन्य : ग्रामपरिवर्तन, पुणे

सेंद्रिय व बायोडायनामिक व्यवस्थापनाचे नियम

विज्ञान समजून घ्या, अंधानुकरण नको

शेतकऱ्यांनी कोणतीही कृती करण्यापूर्वी त्यावर सांगोपांग विचार करावा. मग ती डाळिंब जातीची निवड असो, की एखाद्या निविष्ठेचा वापर असो! शेजारच्या शेतकऱ्याने केले किंवा कृषी सेवा केंद्र संचालकाने सुचवले म्हणून ती कृती करू नका. त्याविषयी पूर्ण विचार करा, अभ्यास करा, त्यानंतरच योग्य निर्णय घेऊन पैसे खर्च करा. कोणतीही कृती करताना ती का करावी, त्याची गरज आहे का, हे पाहा. एकदा निर्णय घेतल्यावर ती कृती पिकाच्या कोणत्या अवस्थेत करावी, हे पाहा.

उदाहरणार्थ, गोमूत्र फवारण्याची शिफारस असेल तर ते का फवारावे? कारण, त्यात कीड व रोगनाशक (Entomopathophagous) गुणधर्म आहेत.

केव्हा फवारावे? पिकाच्या वाढीसाठी उपयुक्त असल्याने पीक लहान असताना फवारावे, फळधारणेवेळी नको.

किती फवारावे? एक टक्का. पीक लहान (कमी वयाचे) आहे तेव्हा.

पाच टक्के का नको? कारण, एक टक्का गोमूत्रात हार्मोनल प्रॉपर्टी जास्त असते, तर पाच टक्के गोमूत्रात कीडनाशक प्रॉपर्टी जास्त असते.

निविष्ठा का, केव्हा, कशी, किती वापरावी, हे अभ्यास करून ठरवले नाही तर त्याचा फायदा तर होणारच नाही; परंतु आपला कष्टाचा, घामाचा पैसा वाया जाईल. त्यामुळे कृतीमागील विज्ञान समजून घ्या, उगाचच अंधानुकरण करू नका.

कीड-रोग नियंत्रणाचा नवीन विचार

१९७०मध्ये कीटकशास्त्र विषय घेऊन कृषी पदव्युत्तर शिक्षण घेताना आम्हांला कीड-रोगांचे समूळ उच्चाटन (Pest Eradication) कसे करावे, हे शिकवत होते. दहा वर्षांनंतर त्यांचे समूळ उच्चाटन अशक्य असल्याचे लक्षात आल्यानंतर 'कीड-रोग नियंत्रण करा' (Pest Control) असे म्हणाले. त्यानंतर दहा वर्षांनी शास्त्रज्ञांच्या लक्षात आले, की निसर्गातील इतर जैविक घटक दुखावले जातात तेव्हा त्याला एकात्मिक कीड व्यवस्थापन (Integrated Pest Management) म्हणून संबोधले गेले. यानंतर पुन्हा लक्षात आले की, एवढे करूनही कीड-रोगांचे प्रमाण वाढतच आहे. एके काळी दुय्यम असणाऱ्या किडी प्रमुख बनल्या आहेत, नैसर्गिक संतुलन बिघडत आहे, तेव्हा त्याला पर्यावरणीय कीड-रोग व्यवस्थापन (Ecological Pest Management) म्हणून शिफारशी झाल्या.

एवढे करूनही प्रश्न मिटले नाहीत. पर्यावरण, मित्रकिडी, मित्रबुरशी, सूक्ष्म जिवाणू व अन्य

जीवजंतू यांचा संहार चालूच असून आर्मी वर्म, मिलीबग्ज, निर्मेटोड इत्यादी किडींचा प्रादुर्भाव नवनवीन पिकांवर वाढतच आहे.

नवीन विचार

१. कीड-रोग व्यवस्थापन पद्धतीमध्ये त्यांना नष्ट करू नका; तर दूर ठेवण्याचा प्रयत्न करा. (Repel them)

२. पिकातच प्रतिकारक्षमता (Immunity) तयार करा; जेणेकरून कीड-रोगांना पीक सहजासहजी बळी पडणार नाही.

३. पीकशास्त्र (Crop Science) + जमीनशास्त्र (Soil Science) + ब्रह्मांडशास्त्र (Cosmic Science) या तिघांचा समन्वय करून लागवड पद्धत विकसित करा.

कीड-रोग प्रादुर्भावाची आर्थिक नुकसानीची पातळी महत्त्वाची

पिकावर निरनिराळ्या किडींचा व रोगांचा प्रादुर्भाव होतो. त्यांना शत्रुकीड-रोग म्हणतात. निसर्गात या शत्रुकीड-रोगावर उपजीविका करणारे, खाऊन टाकणारे, सूक्ष्म, अतिसूक्ष्म कीड-रोग जंतू असतात. त्यांना परभक्षी व परोपजीवी (Predators and Parasites) म्हणतात. ते आपले मित्र आहेत. 'जीवो जीवस्य जीवनम्' नियमाप्रमाणे निसर्गात मित्र व शत्रुकीड-रोगांचे ठरावीक संतुलित प्रमाण असते. जेव्हा शत्रुकिडीचे प्रमाण, मित्रकीड-रोगांपेक्षा जास्त होऊन त्यांचे नैसर्गिक नियंत्रण होत नाही, तेव्हा मानवी हस्तक्षेपाची गरज भासते. हस्तक्षेपाची वेळ ठरवणे महत्त्वाचे आहे. या विशिष्ट वेळेला आर्थिक नुकसानीची पातळी किंवा इकॉनॉमिक थ्रेश होल्ड लिमिट (ETL) म्हणतात. उदाहरणार्थ, कापसावरील बोंडअळीचा प्रादुर्भाव पाच टक्क्यांच्या वर गेला तर फवारणी करावी. कमी असेल तर करू नये. तसे केल्यास मित्रकिडींचा संहार होतो, शत्रुकिडीचे प्रमाण वाढून नैसर्गिक असंतुलन होते. सर्व किडी,

रोग व तण यांच्या प्रादुर्भावाची आर्थिक नुकसानीची पातळी किती असावी, याचा शास्त्रज्ञांनी अभ्यास केला आहे. शेतकऱ्यांनी विनाकारण फवारणीची घाई करू नये.

बायोडायनामिक कॅलेंडरच्या तारखेनुसार शेतीकामे

सेंद्रिय व बायोडायनामिक शेती पद्धतीत जमीन नुसतीच जिवंत नव्हे, तर सचेतन बनवण्याची ताकद आहे. १९२५मध्ये रूडाल्फ स्टायनरने बायोडायनामिक शेती पद्धतीची मूलतत्त्वे सांगितली. युरोपीय देश, अमेरिका, ऑस्ट्रेलिया, न्यूझिलंडसह सुमारे ७० देशांत ही शेतीपद्धत वापरली जाते. या पद्धतीत अंतराळातील ग्रहांची ऊर्जा पकडून विविध फोर्सेस (शक्ती) जमिनीकडे खेचले जातात. त्याचा अनुकूल परिणाम सूक्ष्मजंतू व ओलावा यावर होऊन पिकाचे उत्पन्न वाढते.

न्यूझिलंडचे पीटर प्रॉक्टर यांनी १९६६मध्ये विदर्भ व धुळे जिल्ह्यातील शेतकऱ्यांना प्रशिक्षण दिले. त्यामुळे त्यांचे उत्पन्न वाढले आहे. तसेच एनएई सेंटर फॉर ऑरगॅनिक फार्मिंग, सीएसकेएचपी कृषी विद्यापीठ, पालमपूर (हिमाचल प्रदेश) यांनी संशोधन करून त्याच्या उपयुक्ततेवर शिक्कामोर्तंब केले आहे.

जगभरातील शेतकरी बायोडायनामिक कॅलेंडरमधील शिफारस केलेल्या तारखेनुसार शेतीकामे करत आहेत. हे कॅलेंडर दर वर्षी काढले जाते. ते www.biodynamic.in / www. organichutbkk.com या संकेतस्थळावर पाहता येईल. जमिनीची पूर्वमशागत, बियांची पेरणी, रोपांचे स्थलांतर, भूमितील पिकांची पेरणी, काढणी, फळपिकाची छाटणी, औषध फवारणी इत्यादी कामे करण्याच्या तारखा नमूद केल्या आहेत. त्यानुसार कामे केली तर पिकाचे उत्पन्न ८ ते १८ टक्क्यांनी वाढते.

सर्व प्रकारच्या द्रव निविष्ठा ढवळून वापरा

सेंद्रिय व बायोडायनामिक शेती पद्धतीत वापरल्या जाणाऱ्या सर्व द्रव निविष्ठा उदाहरणार्थ, जीवामृत, दशपर्णी, गोमूत्र, आलमिका, पंचगव्य, पंचपर्णी, बीडी ५००, बीडी ५०१, सीपीपी, बीडी तरल खते, व्हर्मीवॉश इत्यादी फवारणीपूर्वी ढवळणे आवश्यक आहे.

वरील निविष्ठांचे द्रावण टाकीत तयार केल्यानंतर भोवरा बनवत घड्याळ्याच्या काट्याप्रमाणे व नंतर विरुद्ध दिशेने उलटसुलट किमान अर्धा तास ढवळावे. नंतर पंपात घालून पिकावर फवारावे किंवा ड्रिपने सोडावे. त्यामुळे वातावरणातील ऊर्जाशक्ती एकत्र येऊन लाभकारी सूक्ष्मजीव सक्रिय होतात. द्रावण संपूर्णपणे चार्ज (Energise) होते. थेंबाथेंबाला प्राणवायूचा संपर्क होतो. त्यामुळे द्रावणाची परिणामकारकता अनेक पटींनी वाढते.

शेतीचा हिशेब ठेवा

शेती करताना व्यापारी दृष्टिकोन ठेवावा. सर्व पिकांचा एकूण खर्च, उत्पादन, मिळणारा नफा, तंत्रज्ञान वापरताना झालेल्या चुका, यश-अपयश आले तर ते कोणत्या कारणाने; याची पीकनिहाय स्वतंत्र नोंद ठेवा. त्यामुळे शेवटी पुनर्मूल्यांकन करणे सोपे होते. पिकाची निवड, लागवड पद्धत, निविष्ठा वापर सुधारता येतात. झालेल्या चुकांची पुनरावृत्ती टाळता येते. पीक निघाल्यानंतर ते चुकले का, लवकर पेरले का, दोन ओळीत जास्त अंतर हवे होते इत्यादी बाबी सुधारता येतात.

आपल्याला पिकाचे विक्रमी उत्पादन नको, तर उत्पन्न (उत्पादन वजा खर्च) विक्रमी हवे, हे लक्षात घ्या. शेतीवर आवश्यक तेवढा वाजवी खर्च करावा. परिणामी, प्रतिकूल हवामान, अवेळी पाऊस, बाजारभावातील घसरण यामुळे होणारे नुकसान सुसह्य होते.

सेंद्रिय व बायोडायनामिक शेतीची सुरुवात सावधपणे करा. रासायनिक खतांचा वापर व कीडनाशकांच्या फवारण्या दर वर्षी हळूहळू कमी करत सेंद्रियकडे वळू नका. तुमच्याकडे एकूण १० एकर शेती असेल तर आठ एकरवर पूर्वीप्रमाणेच रासायनिक पद्धतीने करा. दोन एकरावर मात्र शिफारशीप्रमाणे १०० टक्के सेंद्रिय व बायोडायनामिक पद्धत वापरा. दोन्ही प्लॉटवरील पिकाचा उत्पादन, खर्च, निव्वळ नफा असे स्वतंत्रपणे हिशेब ठेवा. खात्री पटली, आत्मविश्वास असेल तरच क्षेत्र वाढवायचा निर्णय घ्या.

■■■

डाळिंबाचे पीकपोषण व संरक्षण यासाठी निविष्ठा

कोणतेही पीक जमिनीवर वाढते ते जमिनीतील सेंद्रिय कर्ब, ह्यूमस व सूक्ष्म जिवाणूंच्या बळावर; रासायनिक खतावर नव्हे. त्यासाठीच आपण वरील तिन्ही घटक वाढवण्यासाठी डाळिंबाच्या लागवडीपूर्वी व नंतर दोन ओळींमध्ये ऑरोग्रीन व नंतर दोन ओळीत इतर आंतरपिके घेतली. रासायनिक खतांच्या व तणनाशकांच्या अमाप वापरामुळे जमिनीतील सेंद्रिय कर्बाचे प्रमाण ० ते ०.०२ व ह्यूमस व सूक्ष्म जिवाणूंचे प्रमाण जवळजवळ शून्य झाले आहे. जमीन संवेदनशून्य, बहिरी व अशक्त झाली आहे. अशा भूमातेवर पेरलेली पिके (मुले) अशक्त, नाजूक व प्रतिकारशून्य झाली आहेत. कारण आपण पिकांना जेवणरूपी कंपोस्ट / शेणखत, सेंद्रिय पदार्थ न देता टॉनिकरूपी रासायनिक खतांवर वाढवत आहोत.

रासायनिक शेती पद्धतीत पीकवाढीसाठी वेगळ्या निविष्ठा व पीक संरक्षणासाठी वेगळ्या निविष्ठा असतात. परंतु सेंद्रिय व बायोडायनामिक शेती पद्धतीतील अनेक निविष्ठा पिकांचे पोषण व संरक्षण (कीड, रोग, विषाणूंपासून) दोन्ही कार्ये करतात. उदाहरणार्थ, गोमूत्र त्याच्या एन्टोमोपॅथोफॅगस गुणधर्मामुळे वनस्पतीचे उत्तम पोषण करते. त्याच वेळी तिचे कीड-रोगापासून संरक्षण करते. अगदी तसेच पंचगव्याच्या व

इतरांच्या बाबतीत आहे. डाळिंबासाठी पुढील निविष्ठा शेतकऱ्यांनी घरीच तयार कराव्यात. काही आवश्यक त्या (गरज पडल्यास) बाजारातून विकत आणाव्यात. म्हणजे त्यांचा खर्च वाचून शेती परवडणारी होईल. डाळिंब व त्यातील आंतरपिके यासाठी पुढील निविष्ठा वापराव्यात.

- **शेतावर तयार करता येणाऱ्या निविष्ठा :** बीडी कंपोस्ट, सीपीपी, बीडी ५००, बीडी ५०१, बीडी द्रवरूप खत / कीटकनाशक, बीडी वृक्षलेप (ट्री पेस्ट), पंचगव्य, गांडूळपाणी, सेंद्रिय युरिया, घन जीवामृत, वनस्पतिजन्य औषधे : लिंबोळी अर्क, आलमिका, दशपर्णी, इतर वनस्पतिजन्य खते / औषधे

- **बाजारातून विकत घ्यायच्या निविष्ठा :** जैविक कीड व बुरशीनाशके उदाहरणार्थ, सुडोमोनस, ट्रायकोडर्मा, फेरोमन सापळे इत्यादी

शेतावर तयार करता येणाऱ्या निविष्ठा

- **बीडी कंपोस्ट (बायोडायनामिक कंपोस्ट)**

जमिनीतील ह्यूमस, उपयुक्त सूक्ष्म जिवाणू, बॅक्टेरिया, बुरशी, गांडुळे इत्यादी वाढवण्यासाठी

बीडी कंपोस्ट अतिशय उपयुक्त व आवश्यक आहे. हे पिकांचे संपूर्ण जेवण आहे. पिकांना वाढीसाठी लागणारी मूलद्रव्ये ते पुरवतात. तसेच प्रतिकूल हवामानात सॉईल कंडिशनर म्हणूनही काम करतात.

साहित्य

१. **प्रथिनयुक्त हिरव्या वनस्पती (६० टक्के) :** उदाहरणार्थ, हिरवे गवत, द्विदल झाडांचा पाला, गिरिपुष्प, ताग, सुबाभूळ, निंदलेले ताजे गवत, विविध झाडांची हिरवी पाने, कोवळ्या फांद्या (बांधावरील), मासळी वेस्ट, किचन वेस्ट इत्यादी)

२. **कर्बयुक्त वनस्पती (वाळलेल्या) (३५ टक्के) :** उदाहरणार्थ, कापसाची पऱ्हाटी, भाताचे तनीस, उसाची पाचट, बगॅस, वाळलेली पाने, वाळलेले निंदलेले गवत, नारळ काथ्या (जास्त नको), नारळाच्या झावळ्या, वाळलेल्या झाडाच्या जाड फांद्या, तुराट्या, लाकडाचा भुसा, वाळलेली मक्याची पाने (तणनाशक न वापरलेली)

३. **इतर साहित्य (५ टक्के) :** उदाहरणार्थ, गायीच्या शेणाची स्लरी (शेणकाला) - भरपूर (बीडी कंपोस्ट देऊन वाढवलेला चारा खाल्लेल्या गायीचे शेण)

चुन्याची पावडर (भिंतीवर लावायचा चुना)

लाकडाची राख / रॉक फॉस्फेट / बोअरवेलची माती / बिलचुरा / सागरी तण / बोनमिल इत्यादी

बायोडायनामिक प्रिपरेशन्स ५०२ ते ५०७ किंवा सीपीपी स्लरी

भरपूर पाणी

वरील साहित्यातून कंपोस्ट खतात सेंद्रिय कर्ब, प्रथिने, नत्र, कॅल्शिअम, दुय्यम व सूक्ष्म मूलद्रव्ये, सूक्ष्म जिवाणू, सेंद्रिय पदार्थांचे बायोमास मिळतात.

बीडी कॅलेंडरमधील कृती

जमिनीत खड्डा न करता पृष्ठभागावरच थरावर थर रचून बीडी कंपोस्ट तयार करावे लागते. त्यासाठी दोन मीटर रुंद, पाच मीटर लांब (लांबी जास्त घेणे, उपलब्ध साहित्यावर अवलंबून) व दीड मीटर उंच ढीग करण्यासाठी लांबी-रुंदीचे मार्किंग करून घ्यावे. त्यावर पाणी शिंपडून घ्यावे.

जागा : बीडी कंपोस्टचा ढीग तयार करण्यासाठी सुपीक जमीन, जिथे भरपूर जिवाणूंची संख्या तयार होऊ शकते अशा ठिकाणी किंवा झाडाच्या (उदाहरणार्थ, केळी, सुबाभूळ, आंबा) सावलीमध्ये; परंतु खोडापासून लांब व त्यांना मोठ्या मुळ्यांचा त्रास होणार नाही, जिथे पावसाचे पाणी साचणार नाही, अशी जागा निवडावी.

मार्किंग केलेल्या जागेवर विविध साहित्याचे पुढीलप्रमाणे थर रचत जावे.

- **पहिला बुडाचा थर :** जाड व वाळलेले जैविक पदार्थ उदाहरणार्थ, पऱ्हाट्या, तुराट्या भिजवून जमिनीवर ३० सेंमी उंचीचा थर अंथरून त्यावर पाणी शिंपडावे. या थरामुळे बुडाला भरपूर हवा उपलब्ध होते. त्यातील प्राणवायूचा उपयोग एरोबिक बॅक्टेरिया वाढीसाठी होऊन कचऱ्याचे खतात लवकर रूपांतर होते. या थरावर दोन ते साडेतीन सेंमी जाडीचा शेणकाला शिंपडा.

- **दुसरा थर :** कर्बयुक्त साहित्य उदाहरणार्थ, पऱ्हाटी, तुकडे, उसाचे पाचट, बगॅस, वाळलेले गवत इत्यादींचा १० सेंमी उंचीचा थर अंथरा.

- **तिसरा थर :** लाकडाची राख / रॉक डस्ट / बेसॉल्ट पावडरचा थर करा.

- **चौथा थर :** शेणकाला शिंपडा.

- **पाचवा थर :** प्रथिनयुक्त वनस्पती उदाहरणार्थ, हिरवे गवत, द्विदल झाडपाला इत्यादींचा १५ सेंमी थर द्यावा.

- **सहावा थर :** इथे चुन्याची पावडर शिंपडावी. (चुन्याची पावडर शेणकाल्यावर पडणार नाही याची काळजी घ्यावी.)

  अशा पद्धतीने थरावर थर रचून दीड मीटर उंचीचा ढीग तयार करावा. प्रत्येक थर ३० सेमी जाडीचा असावा. बीडी कंपोस्ट ढिगात कॅल्शिअमचे प्रमाण वाढवण्यासाठी अंड्यांची टरफले टाकता येतात.

  वाळलेल्या व ओल्या सेंद्रिय पदार्थांचे प्रमाण १ : ३ वापरल्यास खतातील कर्ब व नत्र यांचे गुणोत्तर (सी-एन रेश्यो) ३० मिळतो. हे आदर्श प्रमाण आहे.

- कंपोस्टचा ढीग शेणकाला व माती यांच्या मिश्रणाने चांगला लिंपून घ्यावा.

- संपूर्ण ढिगावर ठरावीक अंतरावर पाच खोल छिद्रे करावीत.

- शेणाचे पाच गोळे तयार करावेत. प्रत्येक गोळ्यात प्रत्येकी एक ग्रॅम बीडी प्रिपरेशन्स ५०२ ते ५०६ मिसळून पाच छिद्रांत खोलवर टाकून पाचही छिद्रे शेणाने झाकावीत.

- ढिगावर मध्यभागी एक छिद्र करावे. १० मिली बीडी प्रिपरेशन ५०७ एक लीटर शुद्ध पाण्यात मिसळून ते द्रावण १० मिनिटे हलवावे. अर्धे द्रावण या छिद्रात टाकून उरलेले अर्धे द्रावण ढिगावर शिंपडावे.

- शेणाच्या घट्ट स्लरीने सर्व छिद्रे संपूर्णपणे बुजवावीत. संपूर्ण ढीग शेणाने लिंपावा.

- ढिगावर नारळाच्या झावळ्या, उसाची पाचट टाकून झाकावे व सावली करावी.

- कंपोस्ट ढिगात थर्मोफिलीक बॅक्टेरिया ५०° ते ६०° तापमान असतानाही कार्य करतात. बीडी कंपोस्टमधील तापमान ७०° च्या वर जाऊ

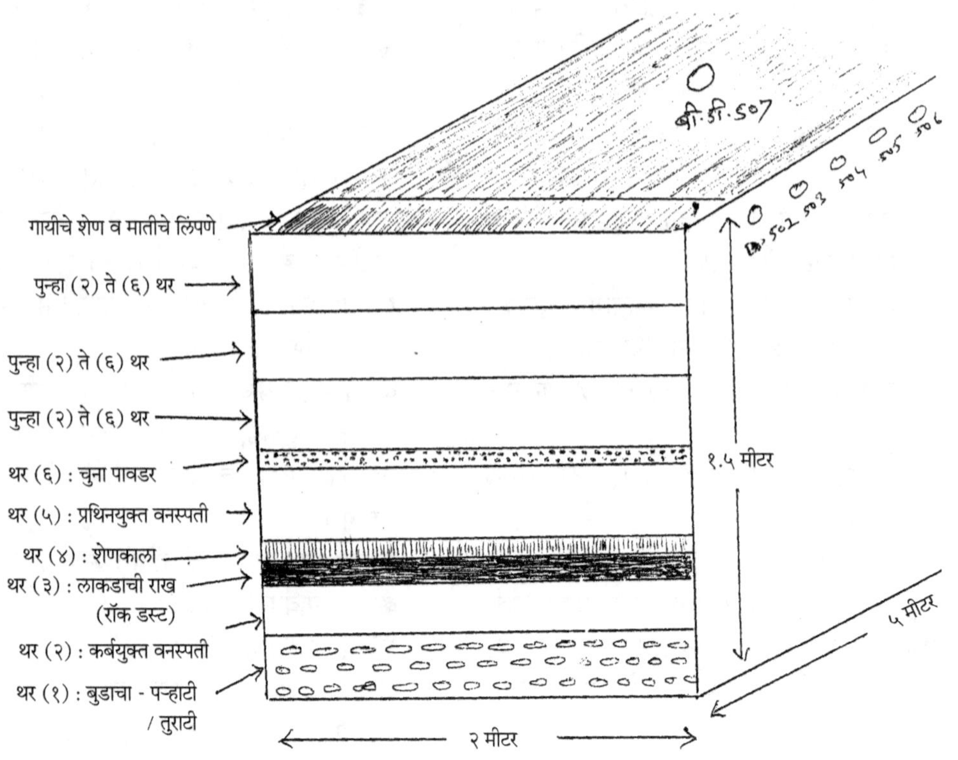

नये. नत्रयुक्त हिरव्या पाना-फांद्यांचे प्रमाण जास्त झाले की तापमान वाढते. म्हणून दीड-दीड महिन्याने ढीग पूर्णपणे उचलून पुन्हा रचून शेणकाला व मातीने लिंपणे गरजेचे आहे.

- तापमानानुसार तीन ते चार महिन्यांत बीडी कंपोस्ट तयार होते.
- सर्वसाधारणपणे तीन घनफूट ढिगापासून एक टन कंपोस्ट मिळते.
- ढिगामध्ये पुरेसा ओलावा व हवा खेळती राहणे अत्यंत गरजेचे आहे.
- उन्हामुळे ढिगाला भेगा पडल्यास बाहेरील हवा आत जाऊ नये म्हणून त्या शेणमातीने बुजवाव्यात.

साठवण

बीडी कंपोस्ट सावलीत व थंड हवेच्या ठिकाणी साठवावे. ते नेहमी ओलसर राहण्यासाठी ढिगावर वरचेवर पाणी शिंपडावे; नाहीतर त्यातील मूलद्रव्यांचा ऱ्हास होतो.

वापरण्याची पद्धत

- तीन-चार महिन्यांत तयार झालेले कंपोस्ट खत मृगाचा पाऊस सुरू होण्यापूर्वी शेतात पसरावे. त्यावर जैविक अवशेषांचे मल्चिंग करावे.
- डाळिंबासाठी १० घनमीटर प्रति ०.४ हेक्टर खत वापरावे.
- दर तीन महिन्याला कमीत कमी एक ते दोन किलो प्रति झाड कंपोस्ट खत द्यावे.
- खत मुळ्याजवळ देऊन काडीकचऱ्याने झाकले पाहिजे.

बीडी कंपोस्टचे फायदे

- रासायनिक खतांचा प्रभाव आपणास लगेच दिसतो; परंतु त्याचा प्रभाव दोन ते तीन आठवडेच राहतो. बीडी कंपोस्टचा प्रभाव दीर्घ काळ (सहा महिने) राहतो. कर्बयुक्त पदार्थांची मात्रा कंपोस्टमध्ये चांगली असते. त्याचा प्रभाव दोन-तीन वर्षांपर्यंत राहतो.

बीडी कंपोस्ट निर्मिती

- एक बैलगाडी शेणखत टाकून जेवढा फायदा होतो, तेवढाच फायदा फक्त १० टोपली बीडी कंपोस्ट टाकून होतो.
- कंपोस्टमुळे जमिनीतील नत्र, कॅल्शिअम, दुय्यम व सूक्ष्म मूलद्रव्ये, ह्युमस, सेंद्रिय कर्ब, उपयुक्त मित्र बॅक्टेरिया, बुरशी, गांडुळे, पोषक घटक वाढण्यास मदत होते.
- बीडी कंपोस्टचे दोन प्रमुख फायदे आहेत :
- पिकांना वाढीसाठी आवश्यक असणारी सर्व मूलद्रव्ये पुरवतात.
- सॉईल कंडिशनर म्हणून कार्य करते. प्रतिकूल हवामान असेल तर जमिनीतील तापमान व आर्द्रता पीकवाढीस पोषक ठेवते.
- पिकांना आवश्यक असणारी पोषकद्रव्ये सतत तयार करून पुरवते. पिकांना ते, हवे त्या प्रमाणात मिळत गेल्याने पिकाची जोमदार वाढ होते.
- जमिनीला इंधनासारखे साहित्य पुरवून पिकात कर्बोदके वाढवण्यासाठी मदत करते.
- कंपोस्ट तयार होण्याच्या प्रक्रियेत ते थर्मो फिलीक, मिझोफिलीक व स्टॅबिलझिंग स्टेजमधून जात असल्याने कंपोस्टमधील तणांचे बी मरते. त्यामुळे शेतातील तण काढण्याचा शेतकऱ्यांचा खर्च वाचतो.
- बीडी कंपोस्टमध्ये पुढील प्रमाणात पीकपोषक व इतर द्रव्ये असल्याने पिकाची वाढ चांगली, निरोगी व प्रतिकारक्षम होते.

नत्र - १.८५ टक्के, स्फुरद - १.६५ टक्के, पालाश - १.७० टक्के, सिलिका - ४७.३५ टक्के, इसी - १२.५८, सेंद्रिय कर्ब - ८.०८ टक्के, सेंद्रिय पदार्थ - १५.५४ टक्के, राख - ५ टक्के, ह्युमिक ॲसिड - ०.५ मिलिग्रॅम/किलो

■ **सीपीपी (Cow Pat Pit)**

बहुगुणी बायोडायनामिक खत व औषध : भारतात सर्वप्रथम १९९४पासून सीपीपी बनवणे सुरू झाले. २००२नंतर त्याचे प्रमाण भरपूर वाढले.

साहित्य

- देशी दुभत्या गायीचे शेण - ६० किलो सेंद्रिय चारा दिलेले, कॅल्शिअम, सूक्ष्म जिवाणू, खनिज, जीवनसत्त्वेयुक्त घट्ट हवे, पातळ नको.
  दोन दिवसांपासून गायीने धान्य खाल्लेले नसावे.
- अंड्याची टरफले - २०० ते ३०० ग्रॅम (दुभत्या गायीऐवजी इतर शेण असेल तर अंड्याची टरफले ३०० ग्रॅम घ्या)
- बोअरवेलची माती / रॉक फॉस्फेट / बेसॉल्ट पावडर - ३०० ग्रॅम (सूक्ष्म मूलद्रव्ये भरपूर)
- बायोडायनामिक प्रिपरेशन्स ५०२ ते ५०७ - (बीडी ५०२ ते ५०६ पावडर रूपात, बीडी ५०७ द्रवरूपात)
- वैश्विक ऊर्जा : सुरुवातीला दोन सेटनंतर एक सेट
- लाल मातीच्या विटा - १४४ नग
- **जागा :** जमिनीत खड्डा करण्यासाठी प्रत्येकी १.५ × १.२ × ०.३ मीटर (५ × ४ × १ फूट) बाह्य आकारासाठी, १.५ × १.२ × ०.३ मीटर (०.९ × ०.६ × ०.३ फूट) आतल्या आकारासाठी व २० खड्ड्यांसाठी ३० × २४ मीटर (१०० × ८० फूट) जागा लागते.

कृती

- झाडाखालची जागा नसावी. कारण त्यांची मुळे सीपीपीचे खत व मूलद्रव्ये शोषून घेतील. खोदकाम केल्यावर मुळ्या लागल्या तर त्या तोडाव्यात.

- ऊन-पाऊस लागणार नाही अशा ठिकाणी १.५ × १.२ मीटर (५ × ४ फूट) आकाराचा खड्डा खोदावा. या आकाराचे कितीही खड्डे करता येतील. खड्ड्याची खोली ०.३ मीटर (एक फूट) असावी.

- खोदकाम पूर्ण झाल्यावर दोन आडव्या विटा, दोन उभ्या विटा या क्रमाने चारही बाजूला पहिला थर संपल्यावर दुसरा थर तसाच रचावा. अशा पद्धतीने खड्ड्याच्या आतील आकार ०.९ × ०.६ × ०.३ मीटर (३ × २ × १ फूट) असावा. त्यात मुक्त आंबवणी (Open Fermentation) प्रक्रिया होते.

- खड्ड्याच्या तळाशी विटकर नको, सिमेंट नको. फक्त पाणी शिंपून ओले करा.

- दुभत्या गायीचे शेण ६० किलो जमिनीवर पोत्यावर अंथरा. त्यातील कचरा, दगड-विटांचे तुकडे इत्यादी वेचून काढा.

- शेण कणकेसारखे चांगले मळून, तिंबून घ्या. अर्धा ते एक तास मळल्यावर शेणात एअरेशन तयार होऊन ते खूप मऊ होते व आंबवण प्रक्रिया जलद होते. शेणाची रचना बदलते.

- शेण चांगले मळल्यानंतर त्यात अंड्यांची टरफल पावडर २०० ते ३०० ग्रॅम सम प्रमाणात मिसळा. बलक काढळ्यानंतर अंड्यांची टरफले ओव्हन किंवा उन्हात वाळवली असता त्याचा आतील पापुद्रा निघून त्याची पावडर लवकर तयार होते.

- गायीच्या शेणात जिवंत स्वरूपात कॅल्शिअम असतेच; पण आणखी कॅल्शिअम हवे असल्यास चुन्याऐवजी शिंपल्यांची पावडर वापरता येते.

- वरील मिश्रणात २०० ग्रॅम बोअरवेलची माती शिंपून मिश्रण एकजीव करा.

- सर्व मिश्रण अर्धा ते एक तास चांगले तिंबून, मळून झाल्यावर त्याचे गोळे तयार करून हळुवारपणे अलगद खड्ड्याच्या तळाला ठेवा. हलक्या हाताने सपाट करा. मिश्रण दाबू नका.

- पिकांमध्ये कॅल्शिअमची कमतरता असेल तर पिकात नाजूकपणा (Susceptibility) वाढून ती कीड-रोगांना लवकर बळी पडतात. सीपीपीमध्ये कॅल्शिअम जास्त असते.

- उन्हाळ्यात सर्व विटा ओल्या करून वापराव्यात.

- सपाट केलेल्या पृष्ठभागावर समान अंतरावर बोटाने साडेतीन इंच खोल अशी सहा छिद्रे पाडा.

- दोन-दोन चिमूटभर बीडी ५०२ ते ५०६ प्रिपरेशन सहा छिद्रांत टाका.

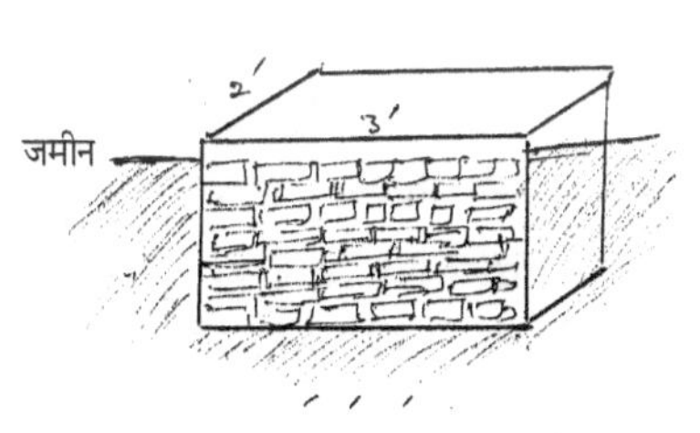

३' × २' × १' विटकरीचे जमिनीतील कुंड

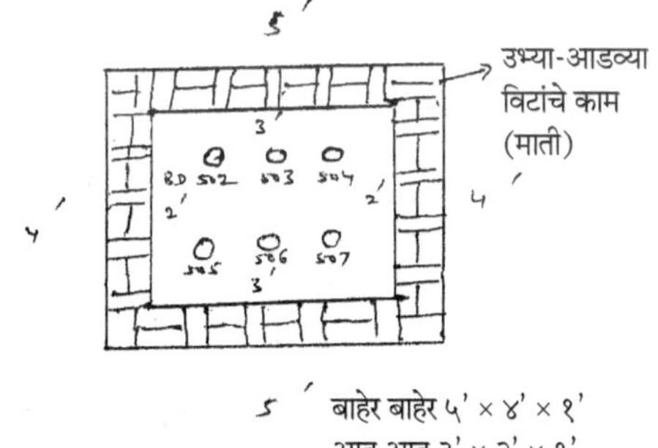

सीपीपीचा जमिनीतील कुंड (बाजूने व वरून चित्र)

डाळिंबाचे पीकपोषण व संरक्षण यासाठी निविष्ठा । १५

- १० मिली बीडी ५०७ प्रिपरेशन (व्हेलेरियन) पाऊण भाग पाण्याने भरलेल्या बाटलीत टाका. बाटलीचे झाकण लावून खांद्याच्या रेषेत आडवी धरून मागे-पुढे करून द्रावण घुसळा.
- घुसळल्यामुळे द्रावण उत्तेजित (ॲक्टिव्हेट) होते.
- बीडी ५०७चे उरलेले अर्धे द्रावण खड्ड्याच्या पृष्ठभागावर व चारही बाजूच्या भिंतींवर शिंपडा.
- खड्ड्यातील दीड विटा (१२ सेंमी) उघड्या ठेवून शेण भरा.
- कुंडातील शेण ओल्या बारदान्याने झाका. दर दोन-तीन दिवसाला पाणी शिंपून बारदान ओले ठेवा. कोरडे होऊ देऊ नका किंवा चिखलाप्रमाणे जास्त पाणीही टाकू नका.
- सीपीपी खड्ड्यात एरोबिक बॉक्टेरिया वाढण्यासाठी मिश्रण खाली-वर करणे गरजेचे आहे. त्यासाठी आठवड्याला, १५ दिवसाला मिश्रण खाली-वर करा.
- खड्डा भरल्यानंतर सुरुवातीला एक महिन्यानी व नंतर दर आठवड्याला खाली-वर करणे केव्हाही चांगले.
- ९० दिवसांनी सीपीपी काढून वापरता येते. हिवाळ्यात सहा महिन्यांत तयार होते.
- मातीच्या मडक्यात सीपीपी ठेवून मडके ओल्या पोत्याने झाकून अंधारात ठेवा किंवा जमिनीत पुरून ठेवा, माती ओली ठेवा.
- ९० दिवसांत तयार झालेल्या सीपीपीमध्ये कीटकनाशकांचे गुणधर्म जास्त असतात, तर १२० दिवस ठेवलेल्या सीपीपीमध्ये पीकपोषक मूलद्रव्ये पुरवण्याचे गुणधर्म जास्त तर कीडनाशकांचे गुणधर्म कमी असतात.
- सहा महिन्यांपर्यंत सीपीपी वापरता येते.
- एका खड्ड्यातून ३५ ते ४० किलो सीपीपी मिळू शकते. त्यात भरपूर ह्यूमस असते. त्याला चांगल्या मातीचा सुगंध येतो.

- दोन किलो सीपीपी ४० ते ६० लीटर पाण्यात मिसळून, दर पंधरा दिवसाला डाळिंबावर फवारले तर सर्व मूलद्रव्ये मिळून पीक जोमाने वाढते.

नवीन सीपीपी करताना सुरुवातीला बॉक्टेरिया परिस्थितीशी जुळवून घेतात. बॉसिलस सबटिलीस नावाच्या बॉक्टेरिया सबटिलीन नावाचे ॲंटिबॉक्टेरियल एजंट द्रव्य तयार करतात. हे द्रव्य ६५ ते ९० दिवसांत तयार होते. बॉक्टेरिया मेल्यानंतर सीपीपीची स्टेशनरी फेज तयार होते. शेवटी ग्रोथ प्रमोटिंग स्टेज येते.

- सबटिलीस द्रव्य तयार होण्याची स्टेज - ६० ते ९० दिवसांनी
- स्टेशनरी फेज आणि ग्रोथ प्रमोटिंग स्टेज - या दरम्यान इंडोल ॲसिटिक ॲसिड (IAA), जिब्रेलिक ॲसिड (GA), कायनेटीन, टॉनिक हे ग्रोथ प्रमोटिंग एन्झाईम्स खूप प्रमाणात तयार होते.

महत्त्वाचे

- एक ग्रॅम सीपीपीमध्ये अब्जावधी जिवाणू असतात.
- बायोडायनामिक पद्धतीने उत्पादित अन्नात व जमिनीत फूड बॉर्न पॅथोजीन्स उदाहरणार्थ, साल्मोनिला, शिगेला, स्टेफायलोकॉकस हे अपायकारक जिवाणू तयारच होत नाहीत.
- बीडी ५०७च्या डेंडिलिऑनमध्ये फायटोॲलेक्झीन ही ॲंटिबॉक्टेरियल प्रॉपर्टी असल्याने रोगनाशक परिणाम मिळतो.
- सीपीपीचा वापर डिसेंडिग मून पीरियडमध्ये, पृथ्वी श्वास आत घेताना (Earth breathing in) करावा.
- एक किलो सीपीपी ४० लीटर पाण्यात मिसळून प्रति ०.४ हेक्टर जमिनीवर फवारावे. पानांवर

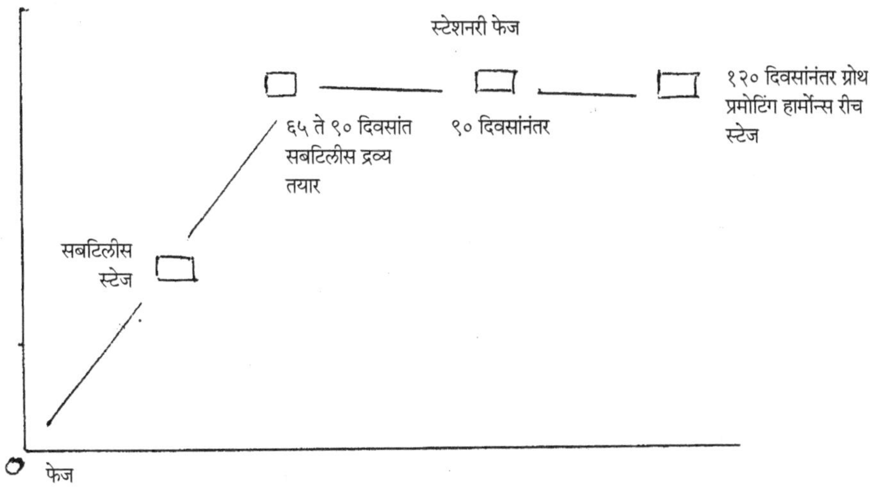

फवारण्यासाठी एक किलो सीपीपी २० लीटर पाण्यात मिसळून फवारावे.

- फळझाडांवर, वृक्षावर, भाजीपाल्यावर वापर : पेरणीपूर्वी सायंकाळी जमिनीवर २५ लीटर पाण्यात २५ ग्रॅम बीडी ५०० मिसळून फवारावे. या फाउंडेशन फवारणीनंतर सीपीपी वापरल्याने अधिक प्रभावी परिणाम मिळतो.

- सीपीपीमुळे वाढवर्धक द्रव्ये वाढतात, सूक्ष्म जिवाणू अधिक सक्रिय होतात. मुळ्यांची वाढ जलद होते.

- एक किलो सीपीपी १५ लीटर पाण्यात मिसळून द्रावण उलटसुलट दिशेने १५ मिनिटे भोवरा करून नंतर झाडाच्या बुडाशी ड्रेंचिंग करावे. नंतर झाडाभोवती सेंद्रिय पदार्थांचे आच्छादन करावे.

- सीपीपी दोन वर्षे वापरता येते. पण त्याची साठवण योग्य प्रकारे हवी. उशिरात उशिरा एक वर्षात संपवण्याचा प्रयत्न करावा.

- गार्यांच्या गोठ्यात सीपीपी पाण्यासोबत १ : २० प्रमाणात रात्री फवारले तर माश्या होत नाहीत, घाण वास येत नाही.

- सीपीपी फवारलेल्या पानांवर बुरशी आत शिरत नाही.

- सीपीपी रोगनियंत्रण करत नाही, तर ते निवडून शत्रूंना पळवते. मात्र, त्या वेळी मित्रबुरशींना इजा करत नाही.

- सीपीपीमध्ये वाढवर्धक संप्रेरके ॲसिटिक ॲसिड, जिब्रेलिक ॲसिड, कायनेटीन, टॉनिक इत्यादी घटक आहेत.

- सीपीपीमध्ये ट्रायकोडर्मा, रायझोबॅक्टर, ॲझोटोबॅक्टर हे घटक असल्याने एकदल व द्विदल दोन्ही पिकांच्या बीजप्रक्रियेसाठी अत्यंत प्रभावी व उपयुक्त आहे.

- पेरणीपूर्वी बियाणे / कंद / रोपे / बेणे / कंद सीपीपी द्रावणात बुडवून लावले तर पिकाची उगवण चांगली होते. तसेच रोपांचे कीड-रोगापासून संरक्षण होते.

- भाजीपाल्यासाठी रोपे तयार करताना गादीवाफ्यावर सीपीपी द्रावणाचे ड्रेंचिंग करावे. रोपे काढताना व स्थलांतर करताना रोपांना शॉक लागत नाही.

- पीकवर्धक म्हणून पिकावर दर महिन्याला एक किलो सीपीपी ४० लीटर पाण्यात मिसळून जमिनीवर / पिकावर एक एकर क्षेत्रावर फवारणी केल्यास उत्पन्न वाढते.

- वृक्षलेप तयार करताना सीपीपीचा वापर केल्यास खोडावरील रोगापासून व जमिनीतून आक्रमण करणाऱ्या बुरशीपासून संरक्षण मिळते.

- झाडांच्या मुळी क्षेत्रात (मुख्य मुळ्या, तंतुमुळ्या, पांढरी मुळी) रायझोस्फियरमधील वाढीसाठी सीपीपी द्रावणाचे ड्रेंचिंग करावे. नंतर आच्छादन करून त्यावरही सीपीपी शिंपडल्यास फायदा होते.

- पिकात कीड व रोग प्रतिकारशक्ती वाढवते.

- सीपीपीमध्ये पीएच ८.६, इसी ०.११ डेसीसायमन, नत्र २.०९ टक्के, स्फुदर आणि पालाश ४.६८ टक्के, सेंद्रिय कर्ब १६.४ टक्के, ह्यूमिक ऑसिड ७.४ मिग्रॅ/किलो आहे (श्री. एम. एम. मुरुगप्पा चेट्टीयार रिसर्च सेंटर, थारामनी, चेन्नई ६०० ११२).

- बीडी प्रिपरेशन्सपासून तयार केलेल्या सीपीपीमध्ये प्रतिरोध जीव अँटागोनीज्म आढळून आले आहेत. त्यात प्रामुख्याने बॅसिलस, बिव्हेरिया, ट्रायकोडर्मा या उपयुक्त बुरशी आढळल्या आहेत (डॉ. ओ. पी. रूपेला, इक्रीसेंट, पटनचेरु, आंध्र प्रदेश).

- सीपीपी हे गांडूळपाणीपेक्षाही जास्त उपयुक्त व परिणामकारक आहे, हे पुढील विश्लेषण अहवालातून दिसून येते.

पेपर क्रोमॅटोग्राफी इमेजप्रमाणे सीपीपीमध्ये वरील घटकांशिवाय क्रायोनिक कार्बन १६.४ टक्के व ह्यूमिक ऑसिड ७.४ मिग्रॅ/ग्रॅम आहे.

निविष्ठा	सामू	इसी	नत्र %	स्फुरद %	पालाश %	सेंद्रिय कर्ब %	इंडोल ऑसिटिक ऑसिड %	कायनेटिन %	जिब्रेलिक ऑसिड
सीपीपी	८.६	०.११	२.०९	६.४	६.८	१६.४	२८.६	७.६	२३.६
गांडूळखत	६.६	०.०४	२.१२	२.०१	२.७	२७.३८	८.२	५.७	-
बीडी कंपोस्ट	७.३	०.०३	०.५	०.०३	०.७५	२७.४५	६.१	०.३	-

सीपीपी वापरण्याचे प्रमाण

बियाणे संस्कारासाठी	५०० ग्रॅम प्रति ०.४ हेक्टर
पिकांवर फवारणीसाठी	तीन किलो प्रति २०० लीटर पाणी
वृक्षलेप तयार करताना	एक किलो प्रति १०० झाड
जमिनीत खत म्हणून वापरताना	२.५ किलो प्रति ०.४ हेक्टर
द्रवरूप खत / कीटकनाशक तयार करताना	एक किलो प्रति ५० लीटर पाणी
बीडी कंपोस्ट तयार करताना	एक किलो प्रति कंपोस्ट ढीग

■ **बीडी ५०० (भूमिसुधारक Cow Horn Manure)**

साहित्य

* **देशी गायीचे शिंग :** मध्यम आकाराचे, ५ सेंमी परिघाचे, वासरापेक्षा दुभत्या गायीचे शिंग चांगले, शिंगावर विताचे रिंग हवेत. बैलाचे शिंग पोकळ असते, ते वापरू नये. टोकाला भरीव असलेले गायीचे शिंग वापरावे. हे शिंग बऱ्याच वेळा वापरता येते. अंदाजे एक ते सहा वर्षे वापरावे. शिंगातील खत हिरवे होत असेल तर शिंग बदलावे.

* **दूध देणाऱ्या गायीचे शेण :** निरोगी, दुभत्या गायीचे शेण, जिने बीडी / सेंद्रिय चारा खाल्ला आहे, ते वापरा. अशा चाऱ्यामध्ये कॅल्शिअम भरपूर असते. त्यामुळे शेणातूनही भरपूर कॅल्शिअम मिळते. भरडा धान्य खाल्लेल्या गायीचे शेण नको.

* **जमीन :** शिंग पुरण्यासाठी निवडलेली जमीन सपाट असावी, पाणी साचणारी नको. जमिनीच्या उंच जागेवर जिथे वृक्ष नाही, तिथे खड्डा खोदावा.

कृती

सुपीक, सपाट, पाणी न साचणाऱ्या जमिनीत खड्डा करावा. खड्ड्याचा अर्धा भाग सकस मातीने व अर्धा गांडूळविरहित बीडी कंपोस्टने भरावा. नंतर शिंगामध्ये शेण थोडे ओले करून हलक्या हाताने भरावे. थोडे-थोडे शेण टाकून जमिनीवर टॅप करून शिंग शेणाने पूर्ण भरावे. नंतर शिंगाचे टोक वरच्या बाजूला धरून जमिनीत ७५ सेंमी (१.२५ फूट) खोलीवर पुरावे. ०.७५ ते १.५ मीटर (अडीच ते पाच फूट) खोलही पुरता येते. शिंगाच्या टोकावर कमीत कमी १५ सेंमी (सहा इंच) माती राहील याची दक्षता घ्यावी.

नवरात्रात (साधारण ऑक्टोबरमध्ये) शिंगे पुरावीत व चैत्राच्या नवरात्रात (साधारण मार्चमध्ये) काढावीत. सहा महिने ती जमिनीत राहिली पाहिजेत.

- खड्ड्यावर सावली हवी. खड्ड्यात गांडुळे होऊ नयेत म्हणून काळजी घ्यावी. खड्ड्यावर कच्चे शेण टाकल्यास गांडुळे तिकडेच राहतील.

- खड्ड्याभोवती व वर तण होऊ देऊ नये.

- कोणत्याही झाडाची मुळी खड्ड्यात शिरू देऊ नये.

- शिंगे एकमेकांपासून पाच ते दहा सेंमी (दोन ते चार इंच) दूर स्वतंत्रपणे पुरावीत.

- गांडुळे होऊ नयेत म्हणून चार महिन्यांनी शिंगे बाहेर काढून पुन्हा पुरावीत.

- शिंगे काढल्यानंतर त्यातील खत चांगले कुजलेले, आकुंचन पावलेले, सुटसुटीत व मोकळे असावे. त्याला मधुर सुगंध असावा. हा गंध अॅक्टिनोमायसिट्सचा असतो. त्यावर पांढरी, पिवळी बुरशी दिसली तर घाबरू नये. लहान किडेही दिसतील. पण त्यामुळे कोणतेही नुकसान होत नाही.

बीडी ५०० चा वापर

- ०.४ हेक्टरसाठी २५ ते ३० ग्रॅम बीडी ५०० जमिनीवर शिंपण्यासाठी पुरते.

- २० लीटरच्या प्लास्टिक बादलीत १५ लीटर पाणी घ्या.

- सर्वांत उत्तम पावसाचे पाणी बीडी ५०० साठी वापरावे किंवा पाणी उघड्यावर ठेवून उन्हाने गरम झालेले असावे किंवा विस्तवावर कोमट केलेले (विद्युत उपकरणाने गरम केलेले नको) पाणी वापरावे. त्यात क्लोरीन नसावे. बोअरवेलच्या पाण्यात लोह, अॅल्युमिनिअम, कॅल्शिअम नसावे.

- कोणतेही पाणी घेतले तर ते वापरण्यापूर्वी हवेत काही दिवस उघडे ठेवून सजीव, सचेतन (Enliven) करावे किंवा व्हिरबेला फ्लो फॉर्ममध्ये एक तास ठेवावे.

- ढवळणे : एक स्टूल घेऊन बसा. २० लीटरच्या बादलीत १५ लीटर पाणी घेऊन त्यात २५ ते ३० ग्रॅम बीडी ५०० टाकल्यावर काठीने मिश्रण ढवळायला सुरुवात करा. झाडाखाली किंवा घरी बसूनही हे करता येते. एवढेच की, मिश्रण ढवळल्यानंतर एक तासाच्या आत ते शेतात शिंपडले पाहिजे.

बीडी ५०० फवारणी

- मनगटाने काठी फिरवून भोवरा तयार करा. बादलीच्या काठाकाठाने सुरुवात करत हळूहळू काडी सेंटरमध्ये आणून फिरवण्याचा वेग वाढवा. उजव्या हाताने घड्याळाच्या काट्याच्या दिशेने व डाव्या हाताने घड्याळ्याच्या काट्याच्या विरुद्ध दिशेने फिरवा.

- एका मिनिटात तीन वेळा मिश्रण फिरवून पूर्ण झाले पाहिजे. भोवरा तळापर्यंत गेला पाहिजे. अशा पद्धतीने ४५ मिनिटे बीडी ५०० द्रावण ढवळल्यानंतर त्यात २५० ग्रॅम सीपीपी मिसळून आणखी १५ मिनिटे म्हणजे एकूण एक तास सतत न थांबता द्रावण ढवळावे.

- ३० मिनिटे मिश्रण ढवळल्यानंतर पाणी चोपडे (Slippery) व थोडे आटल्यासारखे (Viscous) ढवळायला सोपे बनते. हे द्रावण सचेतन होते. भोवऱ्यामुळे हवेतील प्राणवायू प्रत्येक थेंबात शिरून कॉस्मिक फोर्सेस पाण्यात एकवटतात व डायनामाईझ करतात.

- बीडी ५०० चा २५ ग्रॅमचा गोळा मातीसारखा दिसतो. त्यात अडीच अब्ज जिवाणू प्रति ग्रॅम असतात. त्यात योग्य ओलावा, रंग, ह्यूमस व सकसपणा असतो. ते शिंपडल्यावर संपूर्ण शेतावर फाउंडेशन स्प्रे करून जमीन पेरणीयोग्य केली जाते. ते अतिशय प्रभावी व सशक्त विरंजन (Strong culture) आहे.

- बीडी ५०० गायीच्या शेणापासून तयार होते. पचनामध्ये गाय सुप्रीम एक्सपर्ट आहे. तिची पचनसंस्था प्रचंड क्षमतेची व विविधतेची असते. गवत जमिनीवर उगवते. गाय ते गवत खाते. त्याचे पचन करून शेण देते. शेणात त्याचा सर्व अर्क उतरतो. त्यापासून बीडी ५०० तयार होते.

- गवत - गाय - दोन्ही लाइव्ह - शेण लाइव्ह - मायक्रोब्ज लाइव्ह - जमीन लाइव्ह तयार करते.

- २५ ग्रॅम बीडी ५०० + १५ लीटर पाणी हे मिश्रण एक तास उलटसुलट ढवळल्यानंतर ०.४ हेक्टर क्षेत्रावर लिंबाच्या डहाळीने किंवा झाडून समान शिंपडावे.

- शिंपडताना आपल्या ४.५ मीटर (१५ फूट) डावीकडे व ४.५ मीटर (१५ फूट) उजवीकडे एकूण नऊ मीटर (३० फूट) जमिनीवर थेंब जातील याची काळजी घ्यावी.

- मिश्रण तयार केल्यापासून एक तासात शिंपडून संपवावे.

२५ ग्रॅम बीडी ५०० हे ०.४ हेक्टरला कसे पुरते ?

मिश्रणाच्या प्रत्येक थेंबाचा कण एक गुरू आहे. एकेक गुरू विद्यार्थ्यांना शिकवतो, शहाणा करतो, त्याच्यासारखा सज्ञान, सशक्त करतो तो गुरूंचा समूह आहे; पण गुरूलाही तहानभूक आहे. त्यालाही कंपोस्टरूपी अन्न लागते, पाणीरूपी ओलावा पाहिजे म्हणून बीडी ५०० देताना कंपोस्ट व ओलावा हवा.

- रासायनिक खतांमुळे जमीन बहिरी होते. जिवाणुशून्य झाल्याने संवेदनाहीन होते. याउलट, बीडी प्रेप्समुळे रेडिओ, टीव्ही, मोबाईलसारखे हवे ते चॅनल, हवे ते पीक, हवे तेवढे, हवे तिथून मूलद्रव्ये / अन्न घेऊ शकते.

- बीडी प्रेप्स योग्य ते स्टेशन लावते. विविध फोर्सेसमधून विशिष्ट व हवे ते फोर्सेस ओढून घेते व स्वतः वाढण्यासाठी वापरते. असंख्य ब्रह्मांडातील असंख्य शक्तींमधून हव्या त्या शक्ती ओढून घेण्याची क्षमता बीडी कंपोस्ट टाकल्यामुळे तयार होते.

- जमीन म्हणजे मुलाची (पिकाची) आई आहे. तिला बीडी ५०० अन्न पुरवते. सूक्ष्म जिवाणू

वाढवून जमीन समृद्ध करते. पिकाची पोटाची भूक भागवते.

* जिथे बीडी ५०० शिंपडायचे आहे त्याच जमिनीत बीडी ५०० साठी शिंग पुरून नंतर वापरावे. स्थानिक शेण, स्थानिक शेतजमीन, स्थानिक जिवाणू यांची स्थानिक वाढ होण्याची क्षमता जास्त असते. बाहेरून लांबून तयार करून बीडी वापरणे योग्य नाही.
* बीडी ५०० वापरताना जमीन गरम व ओलसर हवी.
* शिंगे वायरिंग, इलेक्ट्रिक टॉवर लाईन वायरिंगखाली पुरू नयेत.

बीडी ५०० केव्हा वापरावे ?

* वर्षातून किमान चार वेळा वापरावे किंवा जून व ऑक्टोबरमध्ये दोन-दोन वेळा शिंपडावे. त्याने जमिनीची रचना बदलते.
* पेरणीअगोदर बायोडायनामिक कॅलेंडरमधील उत्तरार्धातील (डिसेंडिंग पीरियडमधील) तारखेला (सूर्य, चंद्र दक्षिणायनात असताना) बीडी ५०० वापरा.
* जमीन द्रावणाने संपूर्ण भिजवण्याची गरज नाही. बीडी ५०० मिश्रणाचा एक थेंब ५० ते २०० मीटर (१५० ते ६०० फूट) पर्यंत परिणाम करतो.
* चंद्र, शनि, पृथ्वी एका रेषेत येण्याच्या (MOS) दिवशी बीडी ५०० वापरावे.
* फळझाड लागवडीआधी खड्डा खोदल्यावर, पेरणीपूर्वी, रोप लावणीनंतर, पीक दोन ते चार पानांवर असताना फवारावे.

फायदे

* दोन वर्षे बीडी ५०० वापरले तर जमिनीत ह्यूमसच्या प्रमाणात वाढ होते, सुपीकता वाढते, जमीन भुसभुशीत होते.

* सूक्ष्म जिवाणूंच्या संख्येत, गांडुळांच्या संख्येत वाढ होते. फ्युजॉरियम सेमिटाटम, एफ. स्पोरोट्रायकॉइड व सिन्सेफालस्ट्रम रेसेमोसम या उपयुक्त बुरशी वाढतात.
* जमिनीची जलधारण क्षमता वाढते.
* पिकांची मुळे खोलवर गेल्याने मूलद्रव्ये प्राप्त होतात.
* जमिनीत ॲझोटोबॅक्टर, रायझोबियम, पीएसबी, व्हॅम, ॲक्टिनोमायसिट्स, प्रोटोझोआ वाढतात व ३० सेंमी जमिनीत गांडुळे, मुंग्या, मिलीपीड्सही वाढतात.
* सॉईल स्ट्रक्चर, सॉईल टेक्स्चर, द्विदल पिकांच्या नोड्युल्स, गांडुळांची सक्रियता, रूट पेनिट्रेशन, पाणी धरून ठेवण्याची क्षमता वाढवते व पाण्याची गरज ५० टक्क्यांनी कमी करते.
* मातीचा सामू ५.८ ते ६.५ राहतो, जो पीकवाढीस पोषक आहे.
* हिवाळ्यात पानांची वाढ मंदावते; पण पांढरी मुळी खूप वाढत असते.
* बीडी ५०० मध्ये सकस जमिनीपेक्षा १५ पट ॲक्टिव्ह जिवाणू व गांडूळ खतापेक्षा दुप्पट कस / ताकद असते.
* बीडी ५०० मध्ये विशेषतः बॅसिलस वर्गातील प्रतिरोधक जीव पिकाचे रोगांपासून संरक्षण करतात.
* बीडी ५०० मधील शेणात असणाऱ्या कॅल्शिअम फोर्सेसमुळे जमिनीवर इष्ट परिणाम होतो.

■ बीडी ५०१

बीडी ५०१ हा बायोडायनामिक पद्धतीने तयार केलेला सिलिका आहे, जो पिकांना प्रकाश-संश्लेषण क्रियेत मदत करतो. तसेच कोशिकांची भिंत मजबूत करतो. ज्यामुळे भुरी, घुबडा, तांबेरा

यासारख्या बुरशीजन्य रोगांपासून पिकांचे संरक्षण होते. याच्या उपयोगाने दाण्यांच्या आकारात व फळांच्या आकारात वाढ होते. फळे, भाजीपाला यात टिकाऊपणा, ताजेपणा येऊन नैसर्गिक स्वाद मिळतो. अवेळी होणारी फूलगळ व फळगळ थांबते.

साहित्य

गायीची शिंगे : कत्तलखाने किंवा शिंगांपासून कलाकुसरीची कामे करणाऱ्या उद्योजकांकडून गायीची शिंगे मिळवावीत. बैलाचे शिंग घेऊ नये. गायीच्या शिंगावर वर्तुळे (रिंग्ज) स्पष्ट दिसतात. त्याचे टोक भरीव असते. बैलाच्या शिंगावर वर्तुळे नसतात आणि टोकही पोकळ असते.

कृती

- अतिशय उत्तम प्रतीचे क्लिअर क्वॉर्ट्झ क्रिस्टल (सिलिकॉन डॉयऑक्साईड) एका लोखंडी किंवा स्टीलच्या भांड्यात बारीक कुटतात. पुन:पुन्हा कुटून, चाळून अत्यंत बारीक पावडर तयार करतात. ही पावडर टाल्कम पावडरसारखी दिसते. त्यावर थोडे पाणी शिंपडून ती हळुवारपणे शिंगात भरतात.
- बीडी ५०० प्रिपरेशनच्या वेळी जसे आपण शिंगात शेण भरले, त्याच पद्धतीने शेणाऐवजी किंचित पाणी मिसळलेली स्फटिकाची पेस्ट शिंगात भरावी.
- शिंगे रात्रभर ठेवतात. त्यामुळे त्यातील जादा पाणी वर येऊन तरंगते. ते काढून टाकावे. त्यामुळे आतील पेस्ट घट्ट होईल.
- मार्च-एप्रिलमध्ये शिंगे पुरतात व सप्टेंबर-ऑक्टोबरमध्ये ती बाहेर काढतात. या सहा महिन्यांत ती जमिनीतील ऊर्जा शोषून घेऊन पावडर एनर्जाईज करतात.
- बीडी कॅलेंडरमधील पूर्वार्धातील (असेंडिंग पीरियड) तारखेला शिंगे पुरतात. नोड टाळला पाहिजे.

- सहा महिन्यांनी तयार झालेले बीडी ५०१ उन्हात पसरून वाळवतात. नंतर ते स्वच्छ काचेच्या पारदर्शी भांड्यात उजेडात ठेवतात. बीडी ५०१ अंधारात ठेवू नये.

उपयोग

- बीडी ५०० प्रमाणेच याचेही द्रावण उलटसुलट भोवरा करत ढवळून फवारले पाहिजे.
- एक ग्रॅम बीडी ५०१, १५ लीटर गरम किंवा कोमट पाण्यात सूर्योदयापूर्वी नोझल उलटे करून, उंच धरून हवेत फवारतात. नोझलची दिशा पिकांवर अथवा जमिनीकडे असू नये.
- फवारलेले द्रावण एक एकर क्षेत्रावर पुरले पाहिजे, त्या दृष्टीने पिकाच्या दोन ओळीत, वाऱ्याची दिशा पाहून झाडांवर द्रावणाचे सूक्ष्म थेंब सावकाश स्थिरावतील या दृष्टीने व त्या वेगाने फिरवावे. वारा वेगात वाहत असेल तर दोन-तीन ओळींवर फवारा जाईल अशा बेताने १५ लीटर द्रावण प्रति ०.४ हेक्टरवर संपवावे. पानांवर द्रावण पडले तर पाने करपतात.
- सूर्योदयापूर्वी एक तास द्रावण ढवळणे चालू केले पाहिजे.
- ढवळल्याने बीडी ५०१ मधील जिवाणू क्रियाशील होऊन ते ऑरिथमॅटीक पद्धतीने म्हणजे $2 \times 2 = 4$, $4 \times 4 = 16$, $16 \times 16 = 256$ असे प्रचंड वेगाने वाढतात.
- शिंगे उन्हाळ्यात जमिनीत पुरल्यामुळे क्वार्ट्झमधील सिलिका फोर्सेस / एनर्जी प्रभावी असते. त्याने प्रकाश-संश्लेषण आणि रोगप्रतिकारशक्ती वाढते.
- पहिली फवारणी पीक दोन ते चार पानांवर असताना, दुसरी फवारणी फळधारणेवेळी करावी, फुलांवर असताना नको.
- बीडी ५०१ ची फवारणी दर वर्षी चार ते पाच वेळा करावी.

- फवारणी वेगवेगळ्या पिकांवरील बीडी कॅलेंडरप्रमाणे लागवडीच्या तारखेस; परंतु उत्तरायणमध्ये येणाऱ्या तारखेस केल्यास अधिक फायदेशीर ठरते.

- दर महिन्याला एका वेळेस चंद्र व शनि समोरासमोर येतात तेव्हा फवारणी केल्यास अधिक फायदा मिळतो.

- सायंकाळी जमिनीवर बीडी ५०० + सीपीपी शिंपडून दुसऱ्या दिवशी पहाटे बीडी ५०१ पिकांवर हवेत फवारल्यास चांगला परिणाम मिळतो.

- बीडी ५०१ मधील सिलिकामुळे सूर्य, मंगळ, गुरू व शनि या ग्रहांपासून निघणारा प्रकाश व उष्णता शोषली जाते.

- वरील कारणांमुळे बीडी ५०१ सूर्योदयापूर्वी हवेत फवारले जाते.

- बीडी ५०१ हे बीडी ५०० च्या पुढचे काम करते.

- बीडी ५०० ने जमिनीतून उपलब्ध केलेली मूलद्रव्ये वर पानात ओढून घेण्याचे काम बीडी ५०१ करते व अन्नरसाचा वहनवेग वाढवते.

- झाडाची सुयोग्य वाढ (ना कमी ना जास्त) व आकार देण्यास मदत करते.

- बीडी ५०० व बीडी ५०१ मुळे जमिनीतील फोर्सेस व सूर्यमंडलाचे फोर्सेस यांचे संतुलन साधले जाते.

- एक तास ढवळल्यानंतर बीडी ५०१ ची सक्षमता (पोटेन्सी) तीन तास राहते. त्यामुळे ते तीन तासांच्या आत फवारले गेले पाहिजे.

- बीडी ५०१ एका काचेच्या बरणीत ठेवून त्यावर रोज सकाळची सूर्याची किरणे पडतील अशा पद्धतीने ठेवा. अंधारात कधीही ठेवू नका.

- बीडी ५०१ लेन्ससारखे काम करून सूर्याची उष्णता व प्रकाश एकत्रित करून आतल्या पिकांपर्यंत पोहोचवते.

- डाळिंबावर फेब्रुवारीपर्यंत दर महिन्याला बीडी ५०१ MOS दिवशी फवारावे.

- बीडी ५०१ फवारणीमुळे प्री-मॅच्युरिटी येऊ शकते.

- प्रत्येक झाडांना सिलिकॉनची गरज असते. त्यांच्या मदतीनेच झाड हवेतून कर्ब, नत्र, प्राणवायू, ऊर्जा व सूर्यप्रकाश घेते.

- बीडी ५०१ हवेत फवारल्यावर वातावरणातील ऊर्जा, हवा, इन्फॉर्मेशन, कलर (रंग) ओढून पिकांना पुरवतात.

- पिकांना - फळांना आकार, दर्जा, परफेक्शन देण्याचे कार्य करते.

- बीडी ५०१ मध्ये तीन अब्ज सूक्ष्म जिवाणू आहेत. त्यांच्यामुळे फळांची गुणवत्ता, आकार, टिकाऊपणा वाढतो, झाड कणखर बनते. कोशिकांची भिंत मजबूत झाल्यामुळे रस शोषणाऱ्या किडींपासून व बुरशीपासून संरक्षण मिळते.

- बीडी ५०१ मध्ये उपयुक्त Fusarium moniliformae, Penicellium, Chrysogenum, Syncephalastrum recemosum या मित्रबुरशी आहेत.

- कॅल्शिअम व सिलिका यांचा संतुलित परिणाम घडवण्यास मदत करते.

- द्राक्षात साखरेचे प्रमाण, तर डाळिंबात रस आणि त्याची चव वाढवते.

- झाडांची उंची, पाने-फुले यांची संख्या वाढवते. सूक्ष्मदर्शक यंत्रासारखे काम करून सूर्याची उष्णता व प्रकाश यांचा समन्वय पिकाशी करण्यास मदत करते.

- पानाच्या भित्तिकेभोवती कडक, कणखर आवरण तयार करते. त्यामुळे रसशोषक

किडींना सोंड खुपसता येत नाही. सिलिकायुक्त रस शोषल्याने त्यांचे जबडे जखमी होतात. म्हणून त्या त्यापासून दूर राहतात.

- पांढऱ्या माशीपासून संरक्षण मिळते.
- निसर्गातील हवामानातील बदल, तापमान, थंडी, वारा, इत्यादी प्रतिकूल परिस्थितीत पाने कणखर असल्याने पीक कणखर राहते. कमी पाण्यातही पीक तग धरते.
- जगभरातील शास्त्रज्ञ जिरायती व दुष्काळी परिस्थितीत पिकांसाठी बीडी ५०१ (सिलिका) वापरण्याची शिफारस करतात.
- बीडी ५०१ फवारल्याने पानांवर पातळ थर तयार होतो. उन्हाळ्यात ही तीव्र किरणे परावर्तीत होतात.

■ **बीडी द्रवरूप खत / कीटकनाशक**

बायोडायनामिक द्रव खत / कीटकनाशक तयार करून फवारण्याचे वैशिष्ट्य असे आहे, की आपल्याला पीकवाढवर्धक अधिक हवे असेल किंवा कीडनाशकाचा प्रश्न त्याहून अधिक गंभीर असेल तर आपल्या गरजेनुसार घटक बदलून हे मिश्रण बनवता येते. हे पुढील तपशिलावरून अधिक स्पष्ट होईल.

साहित्य

गरजेनुसार पुढीलपैकी एक किंवा अधिक वस्तू निवडा.

१. **नत्रासाठी** : गिरिपुष्प, पांगारा (इरिश्रिनिया), अगस्ती वा हदगा (सस्बेनिया), सुबाभूळ, ताग / बरू, चवळी, घोडा हरभरा (हॉर्स ग्रॅम), अल्फाल्फा इत्यादी द्विदल वनस्पतींची पाने, बरसीम, लुसर्ण, गोमूत्र

२. **पेंडी / ढेप** : निंबोळी, एरंडी, पोंगामिया (करंज), फिशमील, गायीचे शेण, किचन वेस्ट, मासळी वेस्ट

३. **स्फुरदासाठी** : गायीचे शेण, कोंबडी विष्ठा खत, कबुतर विष्ठा

४. **पालाशसाठी** : वटवाघूळ विष्ठा, सागरी तण (सी वीड्स)

५. **सूक्ष्म मूलद्रव्यांसाठी** : सागरी तण, काँग्रेस तण, रोजमारी (yarrow) वनस्पती

६. **कीडनाशकासाठी** : निंबोळी, रुई / रुचकी, झेंडू, धोतरा, मोगली एरंड, घाणेरी

७. **बुरशीनाशकासाठी** : सुरू, बीडी प्रिपरेशन्स ५०२ ते ५०७, सीपीपी

८. **औषधी वनस्पती** : निंबोळी, बेशरम, सीताफळ, कन्हेर, अडुळसा, पपई, रुचकी

कृती

- २०० लीटरच्या प्लास्टिक ड्रममध्ये ५० लीटर पाणी घ्या. त्यामध्ये १० किलो शेण मिसळा. औषधी वनस्पतींचे तुकडे करून - १५ किलो नत्रयुक्त वनस्पतींची पाने - १० किलो गोमूत्र - १० लीटर, सीपीपी - १ किलो, सूक्ष्म मूलद्रव्यांची वनस्पती - ५ किलो
- सर्व वस्तू ड्रममध्ये टाकून काठीने दाबून घ्या. द्रावणाला रोज सकाळ-संध्याकाळ हलवा. हे मिश्रण एक आठवडा मुरवा.

पर्यायी कृती

- २०० लीटरची प्लास्टिक टाकी घ्या.
- पाऊण ड्रम वनस्पतींच्या पानाफुलांनी भरा.
- तेलाची ढेप किंवा पेंडीसाठी १२.५ किलो ढेप ड्रममध्ये वापरा.
- एक-तृतीयांश ड्रम शेणाने भरा.
- सगळ्या वस्तू पूर्ण बुडेपर्यंत ड्रममध्ये पाणी भरा.
- बीडी प्रिपरेशन ५०२ ते ५०६ चा प्रत्येकी एक-एक ग्रॅमचा सेट सीपीपीच्या बॉलमध्ये ठेवा. तो नारळाच्या काथ्यात किंवा मोठ्या पोत्यात गुंडाळून ड्रममधील वस्तूंच्या आत ठेवा.

* बीडी ५०७ थोड्या पाण्यात मिसळून ड्रममध्ये टाका.
* बीडी ५०७ ऐवजी आलटूनपालटून ५० ग्रॅम सीपीपी वापरता येते.
* ड्रममधील वस्तू द्रावणावर तरंगू नयेत म्हणून ड्रममध्ये तीन विटकरींचे ओझे ठेवा.
* ड्रम पोत्याने झाका. त्याने द्रावणाचे बाष्पीभवन होणार नाही.
* दररोज सकाळ-संध्याकाळ १०-१५ मिनिटे मिश्रण ढवळा. मिश्रण एक ते दीड महिन्यापर्यंत सडवा.

वापर

* वापरण्यापूर्वी द्रावण १० मिनिटे ढवळून नंतर वापरा.
* **जमिनीत देण्यासाठी** : एक लीटर द्रावण / १० लीटर पाणी
* **फळझाडांना खोडाजवळ ड्रेंचिंग** : अर्धा लीटर प्रति झाड
* **पानांवर फवारणीसाठी** : एक लीटर / २० लीटर पाणी
* फवारणी पौर्णिमेच्या दोन दिवस आधी करावी.
* दर दोन आठवड्याला सीपीपी व बीडी द्रवखत, पीक काढण्यापूर्वी दोन आठवड्यांपर्यंत फवारावे.

फायदे

* बीडी द्रवखतामुळे पिकाला उपलब्ध अवस्थेतील मूलद्रव्ये, ह्यूमिक ॲसिड व उपयुक्त सूक्ष्म जिवाणूंचा समूह मिळतो.
* उपयुक्त सूक्ष्मजीव, यीस्ट, जिवाणू, बुरशी, प्रोटोझोआ इत्यादींच्या जैविक विविधतेमुळे पिकात कीड-रोग प्रतिकारशक्ती निर्माण होते.
* बीडी द्रवखतात नैसर्गिक बुरशीरोध गुणधर्म असल्याने बटाटे, टोमॅटोवरील करपा रोग, द्राक्षावरील डाउनी मिल्ड्यू, शेंगवर्गीय व स्ट्रॉबेरीवरील ग्रेमोल्ड रोग यांपासून संरक्षण मिळते.
* पालेभाज्यांमध्ये बीडी द्रवखताचा वापर केल्याने पिकाची वाढ चांगली होते, चवीत वाढ होऊन उत्पादनही वाढते.
* कंपोस्ट खतातील पोषकता वाढवण्यासाठी कंपोस्ट ढिगामध्ये १० लीटर द्रवखत मिसळून शेतात द्यावे.

विशेष गुण

द्रवखताच्या माध्यमाने काही प्रमाणात तणांचेही नियंत्रण करता येते. याकरिता द्रवखतासाठी वापरल्या जाणाऱ्या वनस्पतींमध्ये तणांचा वापर जास्त करावा (विशेषत: ज्या तणांचा प्रादुर्भाव जास्त आहे). या मिश्रणास प्रामुख्याने बीडी कॅलेंडरमधील तारखेला पालेभाज्यांच्या तिथीत ढवळावे व त्याचा वापरही या तिथीत करावा. या द्रवखताची पानवर्गीय तारखेत– विशेषत: चंद्र कर्क राशीत असताना– फवारणी केली असता उत्तम परिणाम मिळतील.

ज्या क्षेत्रात तणांचा प्रादुर्भाव जास्त आहे, त्या क्षेत्रात संध्याकाळच्या वेळी सलग तीन दिवस फवारणी केली असता त्या तणांपासून काही प्रमाणात सुटका मिळते, तसेच महागड्या रासायनिक तणनाशकांपासून दूर राहता येते.

■ बीडी वृक्षलेप (ट्री पेस्ट)

डाळिंबासह सर्व फळझाडांच्या खोडाला औषधी लेप लावणे अत्यंत गरजेचे आहे. खोडांवर येणाऱ्या किडी, जमिनीतून खोडामार्गे होणारे बुरशीजन्य रोग यावर प्रतिबंध घालण्यासाठी झाडाच्या खोडाला संरक्षक कवचरूपी लेप लावावा.

साहित्य

१. देशी गायीचे शेण : १५ किलो (मूलद्रव्य पुरवणारे)

२. लाल / वारुळाची माती : १५ किलो (खोडाला चिकटून बसण्यासाठी व जिवाणूयुक्त)

३. चाळलेली वाळू : १५ किलो (खोडसालीचा संरक्षक)

४. सीपीपी - अर्धा किलो, बीडी ५०० - २.५ ग्रॅम, बीडी ५०१ - १ ग्रॅम : १५ लीटर पाण्यात मिसळून उलटसुलट भोवरा करत ढवळलेले मिश्रण

कृती

वरील सर्व मिश्रण एकजीव करून कणकेसारखे मळावे. आवश्यकतेनुसार पाणी मिसळून जवळजवळ ५० लीटर पेस्ट तयार करावी. पोत्याच्या बारदान्याने खोड आधी घासून-पुसून स्वच्छ करावे. जाळी, कचरा काढून टाकावा. तयार केलेली पेस्ट ब्रशने झाडाच्या खोडाला चांगली चोपडावी. गॅप भरावेत. रिकामी जागा ठेवू नये. खोडाला पूर्णपणे तर मुख्य फांद्यांना जमेल तेवढे व्यवस्थित लावावे.

फायदे

- वृक्षलेप झाडाला ऊब व मजबुती देते.
- झाडांच्या सालीचे तसेच कॅम्बियम पेशीचे संरक्षण करून झाडाला स्वस्थ बनवते.
- झाडांच्या खोडावरील तसेच फांद्यांच्या जखमा भरण्यास मदत करते.
- रोगांपासून झाडाचे रक्षण करता येते.
- छाटणीनंतर वृक्षलेप लावल्याने झाडांच्या जखमांवर उपचार करता येतो. शिवाय, झाडाच्या वाढीला प्रेरित करतो.
- झाडाला बुरशीजन्य, डायबॅकसारख्या रोगापासून संरक्षण मिळते.
- डाळिंबाच्या खोडकिड्यांना प्रतिबंध करते.
- डाळिंबाच्या लागवडीनंतर १४ महिन्यांनी खोडाला वृक्षलेप लावावा.

■ **पंचगव्य**

सर्वच पिकांमध्ये नैसर्गिक प्रतिकारशक्ती निर्माण करण्यासाठी पंचगव्याचा वापर करणे आवश्यक आहे. ते पीकवर्धक, कीडरोगरोधक / प्रतिसारक, कीडरोगनाशक, प्रत सुधारक, विषाणूविरोधक, पीकसंरक्षक, प्रतिक्षमता निर्माण करणारे आहे. हे बहुगुणी औषध घरीच तयार करता येते.

पंचगव्यामध्ये गायीपासून मिळणाऱ्या पाच पदार्थांचा (शेण, गोमूत्र, दूध, तूप, दही) वापर करण्यात येतो, म्हणून त्याला पंचगव्य म्हणतात.

साहित्य

१. देशी गायीचे ताजे शेण - पाच किलो (ॲक्टिनोमायसिट्स, मिनरल्स, मायक्रो-ऑर्गॉनिझम न्यूट्रिअन्ट्स)

२. गोमूत्र - तीन लीटर (पीकवर्धक, ऑर्गॉनिक युरिया, न्यूट्रिअन्ट्स, अँटिव्हायरस)

३. गायीचे दूध - तीन लीटर (सॅप्रोफायटिक मायक्रोब्ज, अँटिव्हायरल, जीवनसत्त्वे, न्यूट्रिअन्ट्स)

४. गायीच्या दुधाचे दही - २ लीटर (लॅक्टोबॅसिलस बॅक्टेरिया, अँटिबायोटिक, अँटिव्हायरल, डिसिज प्रोटेक्टर)

५. गायीचे तूप किंवा एरंडी तेल : अर्धा किलो (लिनोलिकासिड, अँटिव्हायरल, अँटिऑक्सिडंट्स, डिसिज प्रोटेक्टर)

६. उसाचा रस किंवा गूळ अर्धा किलो + पाणी तीन लीटर यांचे द्रावण - तीन लीटर (फूड ॲण्ड ॲट्रॅक्टंट्स फॉर मायक्रोब्ज)

७. शहाळ्याचे पाणी / हिरवे कच्चे नारळ पाणी - तीन लीटर (अँटिव्हायरल, डिसिज प्रोटेक्टर, सायटोकिनीन, ग्रोथ पॅरामीटर आणि फर्मटिशन ऑक्सिलरेटर)

८. ताडी किंवा १०० ग्रॅम यीस्ट + १० ग्रॅम गूळ + एक लीटर कोमट पाणी किंवा द्राक्षाचा रस - दोन लीटर (दुर्गंधीनाशक)

पंचगव्य फवारणीतून व पाण्यातून देऊन लगडलेले टोमॅटो

पंचगव्याचा वापर करून बहरलेल्या आंब्याच्या झाडाशेजारी डॉ. नटराजन

पंचगव्य फवारणीद्वारे व पाण्याबरोबर जमिनीतही देण्याने आलेले आल्याचे पीक

सेंदिय शेतीमधील पंचगव्याच्या वापराने आलेले भरघोस केळीचे घड

९. पिकलेली केळी - १२ नग (मायक्रो-ऑर्गॅनिझम)

कृती

देशी गायीचे ताजे शेण व मूत्र प्लास्टिकच्या किंवा सिमेंटच्या टाकीत एकत्र करावे. त्यात तूप घालून भरपूर ढवळावे. तीन दिवस ढवळत राहावे. नंतर त्यात उरलेले घटक ओतावेत.

टाकी सावलीत ठेवून रोज सकाळ-संध्याकाळ भरपूर ढवळा. नाहीतर तूप वर-वर राहील.

१९ दिवस मिश्रण ढवळल्यावर विसाव्या दिवशी ते वापरता येते. घट्ट झाल्यावर त्यात पाणी मिसळावे.

वापर

- **बीजसंस्कार** : बियाणे पेरणीआधी २० मिनिटे ३ टक्के द्रावणात (३०० मिली १० लीटर पाण्यात) बुडवून नंतर पेरा. हळद, आले, कंद, उसाचे बेणे अर्धा तास बुडवा.
- **फवारणी (सर्व पिकांसाठी)** : पेरणीनंतर २० दिवसांनी ३ टक्के द्रावणाच्या दोन फवारण्या १५ दिवस अंतराने करा.
- **पाण्यासोबत** : पाटाच्या पाण्यासोबत हेक्टरी ५० लीटर (आंबा मोहोर गळत नाही, मिरचीची फूलगळ होत नाही, लिंबाला नियमित फुलोरा येतो.)
- **बियाणे साठवणुकीसाठी** : ३ टक्के पंचगव्याच्या द्रावणात १५ मिनिटे बियाणे बुडवून नंतर सावलीत वाळवून साठवावे व पुढील पेरणीसाठी वापरावे. बियाण्याला कीड लागत नाही तसेच उगवणशक्ती चांगली राहते.
- **गांडूळ बेडवर** : ३ टक्के द्रावण फवारावे. त्यामुळे गांडुळांची संख्या वाढते.
- **पशुखाद्यामध्ये** : पशुखाद्य किंवा पेंडी यासोबत पंचगव्य मिसळून खाऊ घातल्यास गाय-म्हैस यांचे दूध वाढते.

- **केळीचे कमळ तोडल्यावर** : ३ टक्के पंचगव्य द्रावणात घड बुडवला तर केळीचा आकार वाढून चकाकी येते.

केव्हा फवारावे?

- **मोहर किंवा फुले येण्यापूर्वी (किंवा रोपे लावणीनंतर २० दिवसांनी)** : १५ दिवसांतून एक वेळ फवारणी (अशा दोन फवारण्या पिकाच्या कालावधीनुसार)
- **फुले असताना किंवा लहान फळे असताना** : १० दिवसांतून एक फवारणी (अशा दोन फवारण्या)
- **फळ किंवा शेंग पक्व होण्याची वेळ** : एक फवारणी

पंचगव्यातील जैविक घटक

पंचगव्यातील उपयुक्त सूक्ष्म जिवाणूंची संख्या प्रति ग्रॅम

१.	नत्र स्थिरीकरण करणारे ॲझोस्पिरिलम	१० × १०
२.	नत्र स्थिरीकरण करणारे ॲझोबॅक्टर	१० × ९
३.	स्फुरद विरघळवणाऱ्या बॅक्टेरिया	१० × ७
४.	प्रतिक्षमता (इम्यूनिटी) तयार करणारे सुडोमोनास	१० × ६

पंचगव्यातील रासायनिक घटक

क्र.	घटकाचे नाव	प्रमाण
१.	सामू	६.०२
२.	इसी (डीएसएम-१)	३.०२
३.	टीडीएस	३.४% (w/w)
४.	नत्र	६६५० पीपीएम
५.	स्फुरद	४३१० पीपीएम

क्र.	घटकाचे नाव	प्रमाण
६.	पालाश	५२०० पीपीएम
७.	सोडिअम	१६०० पीपीएम
८.	कॅल्शिअम	१००० पीपीएम
९.	मॅग्नेशिअम	८४० पीपीएम
१०.	क्लोराईड	२४८.५ पीपीएम
११.	बोरॉन	०.४४२ पीपीएम
१२.	मँगेनीज	१४.८ पीपीएम
१३.	लोह	१४२.५ पीपीएम
१४.	जस्त	८२ पीपीएम
१५.	ताम्र	५८ पीपीएम
१६.	सल्फर	०.५६ पीपीएम

संदर्भ : पंचगव्य विश्लेषण अहवाल, एसजीएस प्रयोगशाळा, चेन्नई (तमिळनाडू)

पंचगव्याचे वनस्पतींवर परिणाम

१. **पाने :** पानांचा आकार व संख्या वाढते. प्रकाशसंश्लेषण क्रियेत वाढ होते. वनस्पती जास्त अन्नद्रव्यांचा साठा करतात. त्यामुळे उत्पादन वाढते.

२. **खोड :** खोड कणखर होते. फांद्यांची संख्या वाढते. त्यांच्यात काटकपणा येऊन फळधारण करण्याची क्षमता वाढते.

३. **मुळ्या :** मुळ्या विस्तृत होऊन जमिनीत खोलवर शिरतात. जास्त दिवस ताज्या राहतात. त्यामुळे जमिनीच्या स्तरावरून अधिक प्रमाणात अन्नद्रव्य व पाणी शोषू शकतात.

४. **उत्पादन :** सर्वसाधारणपणे रासायनिक शेती सोडून सेंद्रिय शेती सुरू केल्यावर सुरुवातीला उत्पादन कमी मिळते. परंतु पंचगव्याचा वापर केला तर अगदी पहिल्या वर्षीसुद्धा उत्पादन समाधानकारक मिळते.

सर्व पिकांत १५ दिवस अगोदर पीक काढणीस येते.

५. **शेतीमाल प्रत :** पंचगव्याच्या वापरामुळे तृणधान्ये, फळे, भाजीपाल्याची चव चांगली होते. मालाचा टिकाऊपणा वाढतो. ग्राहकांच्या पसंतीला उतरल्यामुळे भाव जास्त मिळतो. आर्थिक फायदा तर होतोच; शिवाय कर्जमुक्ती होण्यास मदत होते.

६. **दुष्काळात तग धरते :** पंचगव्य फवारल्याने पानांवर व खोडांवर पातळ थर तयार होतो. त्यामुळे पाण्याचे बाष्पीभवन होत नाही. खोलवर शिरलेल्या मुळ्यांचा दुष्काळात भक्कम आधार मिळतो. पाण्याचा ताण सहन होतो. पिकाला पाणी कमी लागत असल्यामुळे पाण्याची गरज ३० टक्क्यांनी कमी होते.

पंचगव्याचा पिकावरील परिणाम

१. आंबा

- आंब्याच्या झाडावर मोठ्या प्रमाणात स्त्रीकेसरयुक्त मोहोर दाटून येतो.
- अनियमित किंवा वर्षाआड आंबा पीक येण्याऐवजी दर वर्षी फळधारणा होते.
- रंग व सुवास असामान्य प्रमाणात वाढतो.
- फुले येण्याआधी दोन फवारण्या १५ दिवसांच्या अंतराने, तीन फवारण्या फळधारणेच्या वेळी व शेवटी एक फवारणी फळे काढणीनंतर झाडावर केल्यास उत्पादन वाढते. तसेच झाडाची ऊर्जा पुढील बहरासाठी वाढते.

२. लिंबू

- वर्षभर नियमित फुलोरा खात्रीने येतो.
- गुबगुबीत व गंधयुक्त फळे
- टिकाऊपणाचा काळ किमान १० दिवसाने वाढतो.
- झाडावर कँकर रोग येत नाही.

- आठ वर्षांच्या झाडाला किमान ३००० फळे प्रति झाड लागतात.

३. पेरू

- विरघळणारे घन पदार्थ, जास्त चवदार व रसाळ, टिकाऊपणा पाच दिवसाने वाढतो.

४. हळद, आले

- हळद व आले यांचे उत्पादन २२ टक्क्यांनी वाढते.
- हळदीच्या कुडाची भरघोस वाढ होते. वाळवण्याच्या प्रक्रियेत येणारी घट कमी होते. जेठा गड्डा व त्यांच्या पिल्लांच्या वाढीचे गुणोत्तर कमी होते. निर्मेटोडचा त्रास कमी होतो. गड्ड्याला कृमिकीटक लागत नाहीत. हळकुंडे, आले यांच्या कुडांना उत्तम भाव मिळतो. हळदीतील कुरकुमीन नावाचे पिवळे अल्कलाईड वाढते. आल्यातील जिंजर तेलाचे प्रमाण वाढते.
- पाने शेवटपर्यंत जाड, पसरट राहतात. आले व हळद यावरील कीटकनाशकाचा खर्च ६० टक्क्यांनी वाचतो.

५. भाज्या, पालेभाज्या व फळभाज्या

- काकडीबाबतीत दुप्पट उत्पादन. इतर भाज्यांत १८ टक्क्यांनी उत्पादनात वाढ होते. चमकदार व सतेज भाजी, फळांची साल चमकदार
- साठवणीचा काळ, स्वाद व चव वाढते.

६. भात

- जास्त उत्पादन. प्रत्येक लोंबीला ३०० दाणे, फोलपटासदृश दाणे नसतात.
- नेहमीपेक्षा १५ दिवस आधी पीक कापणीवर येते. गिरणीत भात भरडताना तुकडा तांदूळ कमी निघतो. दाण्याचे वजन नेहमीपेक्षा ३० टक्क्यांनी जास्त मिळते.

- आज शिजवलेला भात दुसऱ्या दिवशीही खाण्यास योग्य असतो.

७. ऊस, भुईमूग, नारळ, केळी

- ७५ टक्क्यांनी वाढ जास्त. २५ टक्के रोगप्रतिबंध शक्ती

पंचगव्य आरोग्यासाठीही लाभदायक आहे.

■ गांडूळपाणी (व्हर्मीवॉश)

शेतकऱ्यांनी शेतावरील शेण, काडीकचऱ्यापासून गांडूळ खत निर्मिती प्रकल्प चालू केल्यावर गांडूळपाणी निर्मितीही चालू करावी. कारण त्याची पद्धत सोपी आहे. गांडुळाच्या अंगावरील ओलसरपणा (घाम) व गांडूळ खताचा अर्क इत्यादींचे मिश्रण या पद्धतीने द्रव रूपात मिळते. त्यालाच गांडूळपाणी किंवा व्हर्मीवॉश म्हणतात. व्हर्मीवॉशमधील जिब्रेलिक ऑसिड, सायटोकायनीन, ऑझो, मुख्य व सूक्ष्म अन्नद्रव्ये पीकवाढीस उपयुक्त असतात.

पुढील तीन सोप्या पद्धतीने अर्क (गांडूळपाणी) काढता येतो.

१. दोन माठ वापरून

- जुना माठ घेऊन त्याला तळाला बारीक छिद्र पाडा. त्या छिद्रात एखादी चिंधी किंवा दोरा टाकून तो माठ एका तिवईवर ठेवा.
- माठाच्या तळात जाड वाळूचा दोन ते तीन इंचाचा थर टाका.
- जाड वाळूवर दोन ते तीन इंच बारीक वाळूचा थर टाका.
- बारीक वाळूच्या थरावर अर्धवट कुजलेल्या शेणखताचा थर टाका.
- नंतर त्यावर चिंचेचा पाला किंवा शेवरीचा हिरवा पाला अंथरा.
- थोडे ओलसर करून त्यात अर्धा किलो गांडूळ सोडा.

- जुन्या माठावर एक नवीन कोरे मडके ठेवा. त्यात पाणी भरा.
- नवीन मडक्यातील पाणी झिरपून खालच्या मडक्यात पडेल. तयार झालेले व्हर्मीवॉश खालच्या छिद्रातून खाली ठेवलेल्या प्लास्टिकच्या भांड्यात पडेल. या भांड्यातील व्हर्मीवॉश फवारणीसाठी वापरा.
- अर्क जमा करण्यासाठी चिनीमातीचे अथवा साधे भांडे ठेवा.
- पहिल्या सात दिवसांत जमा झालेले पाणी पुन्हा वरील माठात टाका. त्यानंतर सात दिवसांनी जमा होणाऱ्या पाण्यास व्हर्मीवॉश म्हणतात. ते फवारणीस योग्य असते.

काळजी

- पाण्याच्या माठातून सारख्या प्रमाणात पाणी थेंबथेंब गळते की नाही, हे तपासा. व्हर्मीवॉश जमा होत आहे की नाही, ते तपासा.
- वरच्या माठात पाणी भरल्यानंतर तोंड जाळीच्या कापडाने बांधा.
- दर आठवड्यास गांडुळांना खाद्य टाका.
- व्हर्मीवॉश जमा होणाऱ्या बरणीसही गाळण बांधा, जेणेकरून डास, माश्या त्यात अंडी घालणार नाहीत.
- जमा झालेले व्हर्मीवॉश सावलीत ठेवा व आवश्यकतेनुसार पिकांवर फवारा.
- व्हर्मीवॉश हवाबंद ठेवू नका. दीड महिना उघडे ठेवून वापरू शकता.

व्हर्मीवॉशमधील रासायनिक घटक

१.	सामू	६.०९
२.	विद्राव्य ऑक्सिजन	११४ पीपीएम
३.	विद्राव्य नत्र	२०० पीपीएम
४.	विद्राव्य स्फुरद	६० पीपीएम
५.	विद्राव्य पालाश	६९ पीपीएम
६.	सोडिअम	१२२ पीपीएम
७.	क्लोराईड	११० पीपीएम
८.	सल्फेट	१७७ पीपीएम
९.	कॅल्शिअम	१७५ पीपीएम
१०.	मॅग्नेशिअम	२०० पीपीएम

२. व्हर्मीवॉश मिळवण्याच्या अन्य पद्धती

१. गांडूळ खत निर्मिती प्रकल्पाचे बांधकाम करताना बेडच्या तळाशी छिद्र ठेवून ते नालीवाटे एका बाजूला उतार करून खड्ड्यात जमा करता येते.

२. जिवंत गांडुळे कापडी पुरचुंडीत बांधून, कोमट पाण्यात (हाताला पोळू नये एवढे तापमान हवे) दोन-चार वेळा बुडवून काढली तर गांडुळे शरीरातील सर्व पाणी बाहेर टाकतात. बुडवण्यासाठी वापरलेल्या पाण्यात व्हर्मीवॉश मिळते. गांडुळांना न मारता, दुसरी गांडुळे घालून अर्क काढा.

गांडूळपाणी वापरण्याचे प्रमाण

१. नवीन फूट येताना किंवा पीक फुलावर असताना दोन टक्के (दोन लीटर व्हर्मीवॉश आणि १०० लीटर पाणी)

२. कीड व रोग व्यवस्थापनासाठी पाच ते दहा टक्के (पाच ते दहा लीटर व्हर्मीवॉश आणि १०० लीटर पाणी)

३. व्हर्मीवॉशमध्ये पाच टक्के लिंबोळी अर्क मिसळून फवारले असता पिकांची वाढ चांगली होते, तसेच किडीपासूनही संरक्षण मिळते.

४. फळझाडाच्या बुडाला दोन लीटर व्हर्मीवॉश प्रति १० लीटर पाण्यात मिसळून टाकावे.

५. जीवामृत गाळून त्यात चार लीटर व्हर्मीवॉश २०० लीटर पाणी मिसळून प्रति ०.४ हेक्टरवर फवारावे.

- डाळिंबाच्या फळ सेटिंगच्या वेळी एक ते दोन लीटर व्हर्मीवॉश व ३०० ग्रॅम काळा गूळ मिसळून फवारणी करावी.
- फळाची वाढ होत असताना किंवा साखर भरताना २०० लीटर पाण्यात एक ते दोन लीटर व्हर्मीवॉश व ३०० ग्रॅम काळा गूळ यांचे मिश्रण सायंकाळी फवारावे.
- ड्रिपवाटे व्हर्मीवॉश १० ते १५ लीटर प्रति ०.४ हेक्टर द्यावे.
- तापमान ज्या वेळेस ८ अंश सेल्सिअसपेक्षा खाली जाते, अशा वेळेस मुळ्यांकडून अन्नद्रव्यांची उचल कमी होऊन पिकाची वाढ खुंटते. अशा परिस्थितीमध्ये तीन ते चार मिली व्हर्मीवॉश आणि एक ते दोन ग्रॅम काळा गूळ प्रति लीटर पाण्यात मिसळून शक्यतो सकाळी फवारणी करावी.

फायदे

- व्हर्मीवॉश फवारणीमुळे कीड आटोक्यात राहते (इटीएलपेक्षाही).
- फूलगळ, फळगळ थांबते.

- पिकाला सूक्ष्म मूलद्रव्य उपलब्ध होतात.

■ सेंद्रिय युरिया

- माती आणि गोमूत्र यापासून सेंद्रिय युरिया तयार करून सर्व पिकांना वापरता येते.
- सपाट जमिनीवर पाच फूट लांब, तीन फूट रुंद, दीड फूट खोल खड्डा तयार करून त्यात प्लास्टिक अंथरा.
- तीन-चतुर्थांश खड्डा सुपीक चाळलेल्या मातीने व एक-चतुर्थांश खड्डा वडाखालील / बांबूच्या मुळ्याजवळील / उंबर झाडाखालील / वारुळाची माती यांनी भरा.
- पहिल्या दिवशी ३० लीटर गोमूत्र सर्व बाजूंनी शिंपडून खड्डा चांगला झाका. आतमध्ये हवा जाणार नाही, सूर्यप्रकाश लागणार नाही याची काळजी घ्या.
- दुसऱ्या दिवशी माती पूर्णपणे खालीवर फिरवून घ्या. त्यावर १५ लीटर गोमूत्र सर्व बाजूने व्यवस्थित शिंपडून झाकून टाका.
- तिसऱ्या दिवशी १५ लीटर गोमूत्र सर्व बाजूने व्यवस्थित शिंपडा. खालीवर फिरवू नका.

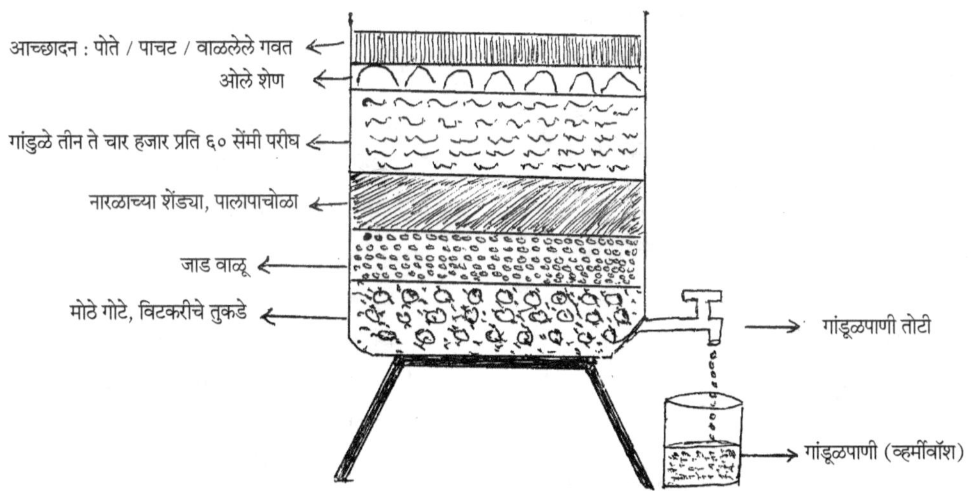

तिसरी पद्धत : तिपाईवर टाकी तोटीसह ठेवून गांडूळपाणी (व्हर्मीवॉश) काढणे

- चौथ्या दिवशी १० लीटर गोमूत्र सर्व बाजूने व्यवस्थित शिंपडा. खालीवर फिरवू नका.
- सहाव्या दिवशी १० लीटर गोमूत्र सर्व बाजूने व्यवस्थित शिंपडा. खालीवर फिरवू नका.
- पुढील चार दिवस खड्डा तसाच झाकून ठेवा.
- असे दहा दिवस होताच अकराव्या दिवशी सर्व मिश्रण खड्ड्यातून काढून सावलीत वाळवा.
- एका खड्ड्यातून ४५० किलो सेंद्रिय युरिया मिळतो.

■ घन जीवामृत

- देशी गायीचे शेण नसेल तर सर्व जनावरांचे शेण एकत्र करून सावलीत साठवा.
- चार-पाच दिवस झालेले (मिथेन गॅस निघून गेलेले) शेण - ४०० किलो (१ बैलगाडी), काळा स्वस्त गूळ - ४ किलो, गोमूत्र - ४० लीटर, बेसन पीठ - ४ किलो किंवा सोयाबीन पीठ - ८ किलो, ट्रायकोडर्मा व्हिरिडी - १ किलो
- वरील सर्व मिश्रण एकत्र करून वर-खाली करत एकजीव करा. ते पसरट पातळ पसरा. त्यामुळे मिश्रण लवकर वाळण्यास मदत होते. मिश्रण पूर्ण कोरडे झाल्यावर पोत्यात भरून घ्या व पिकास वापरा.
- घन जीवामृत एक ते दोन किलो प्रति झाड आळे करून द्या. त्यावर कचऱ्याचे मल्चिंग करा.
- घन जीवामृत दोन ओळीत पेरूनही देता येते.

■ वनस्पतिजन्य औषधे : लिंबोळी अर्क, आलमिका, दशपर्णी, इतर वनस्पतिजन्य खते / औषधे

१. लिंबोळी अर्क

कृती

- पाच किलो चांगली वाळवलेली लिंबोळी भरडून ती १० लीटर पाण्यात रात्रभर भिजवा.

- दुसऱ्या दिवशी कापडात गुंडाळून, दाबून त्याचा अर्क काढा. उरलेला घट्ट चोथा झाडाच्या बुडाला टाका.
- काढलेल्या अर्कात आणखी १० लीटर पाणी टाकल्यावर पाच टक्के लिंबोळी अर्क तयार होईल.
- सर्व पिकावरील किडीसाठी ते वापरता येते.
- पाच टक्के लिंबोळी अर्क (१०० मिली अर्क) प्रति १५ लीटर पाण्यात मिसळून फवारा.
- १०,००० पीपीएम ॲझाडिरेक्टीन घटक असलेले लिंबोळी अर्क औषध असेल तर २० मिली औषध प्रति १५ लीटर पाण्यात मिसळून फवारा.

फायदे

- कडुलिंबाची पाने, फळे यात ॲझाडिरेक्टीन नावाचा घटक आहे. तो जवळजवळ ३०० विविध किडींचा बंदोबस्त करतो.
- कडवट वासामुळे कीड दूर पळते. मादी पतंग अंडी घालत नाहीत.
- कडवट चवीमुळे अळ्या पाने खात नाहीत.
- नाकतोड्यांची वाढ थांबते.
- किडीत नपुंसकता येते.

प्रभाव

- लिंबोळी अर्क अळ्या, फुलपाखरे, पतंगाच्या अळ्या, नाकतोडे, पाने पोखरणारी अळी, घाटेअळी, रस शोषणारे तुडतुडे यावर सर्वात प्रभावी आहे.
- मावा, भुंगे, पांढरी माशी यावर कमी प्रभावी आहे.
- पिठ्या ढेकूण (Mealy bugs), खवले कीड (Scales), प्रौढ भुंगे (Beetles), फळ पोखरणारी अळी (Fruit Borer) आणि लाल कोळी (Red mites) यांवर लिंबोळी अर्कचा प्रभाव पडत नाही.

२. आलमिका (बायोएंडोसल्फानसारखे)

डाळिंबावरील सर्व कीड-रोगाच्या व्यवस्थापनासाठी हे उपयुक्त औषध आहे.

घटक : आले, लसूण, लाल मिरची, कांदे प्रत्येकी २५० ते ७५० ग्रॅम, काळे मिरे १०० ते २५० ग्रॅम, पाणी १२० लीटर

- कीड-रोगाचे प्रमाण कमी, मध्यम व जास्त असेल तर वरील घटक अनुक्रमे २५०, ५०० व ७०० ग्रॅम मिसळा.
- सर्व घटक स्वतंत्रपणे थोडे-थोडे पाणी घेऊन कुटून, गाळून घ्या.
- शेवटी त्यात देशी गायीचे मूत्र ६० लीटर मिसळा. सकाळी औषध तयार करून सायंकाळी पिकावर फवारा.

३. दशपर्णी (सर्व प्रकारच्या किडींसाठी)

दशपर्णी तयार करण्याची पद्धत पुढीलप्रमाणे आहे. शेतकऱ्यांनी उपलब्ध वनस्पती व सोय पाहून ते तयार करून वापरावे.

साहित्य : देशी गायीचे शेण - २ किलो, देशी गायीचे मूत्र - १० लीटर, सुंठ पावडर - २०० ग्रॅम, वाटलेले आले - ५०० ग्रॅम, तंबाखू भुकटी - १ किलो, वाटलेली हिरव्या मिरची - १ किलो, देशी वाटलेला लसूण - १ किलो, झेंडूच्या झाडाच्या संपूर्ण भागांचे तुकडे (पान, फूल, खोड, मुळ्या) - २ किलो, पाणी २०० लीटर

वरील मिश्रण एकजीव करून घड्याळ्याच्या काट्याच्या दिशेने व उलट दिशेने भोवरा करत १५-१५ मिनिटे ढवळा. नंतर त्यात तीन किलो कडुलिंब, करंज - सीताफळ - एरंड - घाणेरी / टणटणी / उलटा रावण या वनस्पतींच्या पानांचे तुकडे प्रत्येकी २ किलो मिसळा. द्रावण उलटसुलट दिशेने १५-१५ मिनिटे ढवळून पातळ कपड्याने झाका.

४० दिवसांनी द्रावण सुती कपड्याने गाळा. टाकी सावलीत ठेवा.

या वनस्पतींची पाने उपलब्ध असतील तर तीही तुकडे करून मिसळावीत : बेल, तुलस, तरोटा, पपई, पेरू, आंबा, पळस, कन्हेर, कारले, निरगुडी, जास्वंद, शेवगा प्रत्येकी दोन किलो.

महत्त्वाचे

- दशपर्णी मिश्रण उकळून अर्धे करून, थंड झाल्यावर त्याच दिवशी वापरता येते.
- दशपर्णीमधील मिथाईल जॅस्मॉनिक ऑसिडमुळे कीड मरते.
- दशपर्णीत रुई / रुचकी व बेशरम यांची पाने मिसळू नयेत. कारण त्यातील पॉलिअमाईन ऑक्सिटोसीनमुळे ब्रेन कॅन्सर होण्याची शक्यता असते (**संदर्भ :** प्राध्यापक गायकवाड, शिवाजी विद्यापीठ, कोल्हापूर).
- सर्व किडींच्या नियंत्रणासाठी ६ ते १० लीटर द्रावण २०० लीटर पाण्यात मिसळून (७०० मिली प्रति १५ लीटर पाणी) फवारा.
- एकदा करून ठेवलेले दशपर्णी सहा महिने वापरता येते.

४. इतर वनस्पतिजन्य खत / औषधे

पुढील वनस्पतींच्या विविध भागांचा अर्क काढून तो पिकाच्या बुडाला टाकला किंवा फवारणी केली तर हे घटक मुळ्यावाटे झाडात जातात. त्यामुळे रस शोषणाऱ्या किडींचा उपद्रव होत नाही.

गुडवेल (अमृता)

या वनस्पतीवर तमिळनाडू व अमरावती विद्यापीठात अभ्यास झाला आहे. गुडवेलाचा अर्क वनस्पतीच्या मुळ्यांना तीन पट वाढवतो. सोबत जिवाणू, बुरशीपासून पिकांमध्ये प्रतिकारक्षमता, फूल-फळांची संख्या वाढवतो.

अमृताची ताजी पाने व खोड कुटून बारीक करा.नंतर एक दिवस वेस्ट डिकंपोजर मोहफूल व गोमूत्र यांच्या मिश्रणात भिजून ठेवा. १५ दिवसांनी

तयार झालेला अर्क २५० मिली प्रति १५ लीटर प्रमाणात पिकाच्या बुडाला टाका. यातील प्रभावी ह्यूमिक ऑसिडमुळे मुळी झपाट्याने वाढते तसेच बुरशीजन्य रोगांपासूनही पिकाचा बचाव होतो.

अडुळसा (वासा)

ही वनस्पती सहा-सात फूट वाढते. पाने हिरवी, सहा ते आठ इंच लांब असतात. पानांना तीव्र वास असतो. पाने व मुळ्या यामध्ये वासाकीन नावाचे अल्कलॉईड आहे. पानात पोटॅशिअम नायट्रेट व मुक्त नत्राचे प्रमाण असल्याने खत व औषध म्हणून कार्य करते. अडुळसाच्या पानांचा अर्क २०० मिली प्रति १५ लीटर पाण्यातून फवारल्याने व मुळाशी टाकल्याने वाढ निरोगी होते व रस शोषणाऱ्या किडींवर नियंत्रण होते.

आघाडा (चिरचिरा)

या वनस्पतीमध्ये पोटॅश ३० टक्के, चुना १५ टक्के, सोडिअम ६ टक्के, लोह व अल्प मात्रेत चांदी असते. यांच्या पानांचा अर्क (काढा) जमिनीतून व फवारणीतून दिल्यावर झाडांची वाढ उत्तम होते. तसेच झाडाची प्रतिकारक्षमता वाढते.

पुनर्नवा (घेटुली)

पुनर्नवाचा अर्क जमिनीतून व फवारणीतून दिल्याने चांगला परिणाम दिसून येतो.

निरगुडी

या वनस्पतीत फिनॉल्स, अल्कलॉईड्स, जीवनसत्त्व सी व इतर घटक असतात. पानांचा अर्क रस शोषण करणाऱ्या किडींसाठी व बुरशीनाशक म्हणून प्रभावी आहे.

कडु चिरायता (काष्ठमेध)

तीन फूट वाढणारे हे झाड असून कडुलिंबापेक्षा २५ पट कडू आहे. याचा अर्क फवारणीतून व जमिनीतून दिल्यास रस शोषणाऱ्या किडींचा व अळ्यांचा बंदोबस्त होतो.

वेखंड (वच)

पिकाजवळ ही वनस्पती असल्यास पिकावर किडींचा प्रभाव होत नाही. वेखंडाचा अर्क दूरसारक (रिपेलंट) म्हणून प्रभावी आहे. त्यामुळे पिकावर पतंग अंडी घालत नाहीत. वेखंडाचा अर्क बुडाला टाकावा तसेच फवारणीसाठीही वापरावा.

कोरफड (ऑलोवेरा)

कोरफडीचा अर्क सर्व प्रकारच्या विषाणूजन्य व जिवाणूजन्य रोगांवर प्रभावी आहे. याचा अर्क ड्रेंचिंगसाठी तसेच फवारणीसाठी वापरता येतो.

डिकामली

डिकामलीचा अर्क उत्तम कृमिनाशक असून रस शोषणाऱ्या किडींवर प्रभावी आहे.

अंकोल

१० ते २० मीटर उंच वाढणारे हे झाड आहे. हे नैसर्गिक ह्यूमिक ऑसिड देते.

नोनी (आली / दहातोंडी)

हे झाड पाच मीटर वाढते. यांच्या फळात ३० प्रकारची ऑमिनो ऑसिड्स असतात. नोनीच्या फळांचा रस काढून पिकांवर फवारल्यास पिकाची निरोगी वाढ होते.

रुई

रुईच्या पानांचा अर्क फवारल्याने अळीचे नियंत्रण होते व बोरॉन मूलद्रव्य मिळते.

बेल

बेलाच्या पानात व फळात औषधी गुणधर्म आहेत. बेलाची पाने उत्तम बुरशीनाशक व जिवाणूनाशक आहेत. पानांमध्ये पालाशचे प्रमाण जास्त असल्यामुळे पीक उत्तम वाढते.

गराडी

हे मोठे झाड असते. गराडीच्या पानांचा अर्क रक्ताप्रमाणे लाल असतो. २०० मिली अर्क प्रति १५

लीटर पाणी मिसळून फवारले व ड्रेंचिंग केले तर रस शोषणाऱ्या किडी तसेच मिरचीवरील चुरडामुरडा कमी होतो.

महारुख

महारुखच्या पानात तेल असते. पानाला उग्र वास येतो. पानांचा अर्क फवारल्याने रस शोषणाऱ्या किडीचे नियंत्रण होते.

हळद

हळद पावडरचा काढा उत्तम जिवाणूनाशक, कृमिनाशक, रोगप्रतिकारशक्ती वाढवणारा व झाडाची वाढ करण्यास मदत करणारा आहे.

हिरडा

हिरड्यात भरपूर कार्बोहायड्रेट्स, ॲमिनो ॲसिड, फॉस्फोरिक व सक्सीनीक ॲसिड असतात. हिरडा फळाची पावडर उकळून केलेला रस उत्तम वनस्पतिवर्धक आहे.

पळस

पळसाच्या पानांमध्ये सिलिका असते. पळस बियांमध्ये किडींना मारण्याचा गुणधर्म आहे.

मोहाचे फूल

मोहफुलात ८० टक्के साखर असते. सोबत यीस्ट जिवाणू फक्त मोहाच्या फुलात आढळतात. म्हणून मोहाच्या फुलांची दारू जास्त उग्र असते. पण हेच मोहफूल शेतीमध्ये सर्व प्रकारचे अर्क बनवण्यासाठी सगळ्यांत महत्त्वाचे आहे.

प्रत्येकी तीन किलो मोहफूल - घायटी फूल, २५० ग्रॅम ज्येष्ठमध पावडर, पाच लीटर वेस्ट डिकंपोजर द्रावण, १० लीटर पाणी यांचे मिश्रण १० दिवस मुरवा. नंतर त्यात कुठल्याही वनस्पतींची पावडर किंवा ठेचा २० दिवसांपर्यंत सडवा. या वनस्पतींचा अर्क मोहाच्या पाण्यात उतरून विरघळतो. हा काढा वर्षानुवर्षे खराब होत नाही. हा काढा जितका जुना तितकाच प्रभावशाली असतो.

झेंडू

झेंडूची फुले अळीच्या पतंगांना आकर्षित करतात. त्यामुळे पतंग फुलात अंडी घालतात. फुले तोडून नष्ट केली तर अळीसुद्धा नष्ट होते. सूत्रकृमींचा प्रादुर्भाव झेंडूमुळे कमी होतो. झेंडूच्या पानात, खोडात गंधकाचे प्रमाण जास्त असते. झेंडूची पाने, खोड, मुळ्या यांचा अर्क वापरा.

तुलस

यातील मिथिल युजिनॉल रसायन जिवाणूनाशक, कृमिनाशक व वात शुद्ध करणारे आहे. ते झाडाची प्रतिकारक्षमता वाढवते. तुळशीच्या पानांचा अर्क फवारावा.

घाणेरी

याच्या पानांना उग्र वास असतो. बिया काळ्या असतात. पानांचा व खोडाचा अर्क दहिया भुरीवर परिणामकारक आहे.

हिंग

हिंग उत्तम कृमिनाशक, बुरशीनाशक आहे. ते मर रोगाचे नियंत्रण करते. हिंगाचा काढा करण्यासाठी ५० ग्रॅम हिंग पाच लीटर पाण्यात चोवीस तास भिजत ठेवा. २०० मिली काढ्यात दोन लीटर गोमूत्र मिसळून प्रति पंप झाडाच्या मुळ्यांजवळ टाकल्याने मर रोगाची बुरशी प्युजॅरियम, फायटोप्थोरा यांचा नाश होतो. हा काढा हरभऱ्याच्या बियाणे प्रक्रियेसाठी वापरा. त्याने मर येत नाही.

वड

शेण, गोमूत्र, वेस्ट डिकंपोजर व वडाची फळे दोन ते पाच किलो यांचे मिश्रण उत्तम आहे.

उंबर

वडाप्रमाणेच उंबराची फळे वापरल्याने जमिनीत जिवाणूंची संख्या वाढते.

वनस्पतींचा अर्क काढण्याची सोपी पद्धत

ज्या वनस्पतींचा अर्क काढायचा आहे, प्रथम त्यांची पाने, फुले, खोड, फळे काढून सावलीत वाळवा. नंतर त्यांचे बारीक चूर्ण करा. अगोदर खलबत्त्यात कुटून नंतर मिक्सरमध्ये बारीक पावडर तयार करा. जितकी बारीक पावडर (सूक्ष्म कण) होईल तेवढे त्याचे गुणधर्म वाढतात. घर्षणाने गुणवत्ता वाढते.

वरील पावडर केलेले भाग - ५ किलो, मोहाचे फूल - ३ किलो, घायटीचे फूल - २ किलो, गूळ - २ किलो किंवा ज्येष्ठमध - २०० ग्रॅम, वेस्ट डिकंपोजर - १० लीटर, पाणी - १० ते १५ लीटर

वनस्पतीचे चूर्ण सोडून बाकी सर्व वस्तू प्लास्टिक ड्रममध्ये १० ते १५ लीटर पाणी घेऊन मिसळा. नंतर ड्रम बंद करून पाच दिवस ठेवा. त्यात गॅस तयार व्हायला सुरुवात झाल्यावर वनस्पतींचे चूर्ण टाका. त्यात १० लीटर पाणी टाकून चांगले हलवा. मिश्रण रोज ढवळा. २५ दिवसांनी मिश्रण तयार होते. त्याला बुरशी लागत नाही. जितके जुने काढे / अर्क तितका तो प्रभावी असतो. २५० मिली काढा प्रति १५ लीटर पाण्यातून फवारणीसाठी वापरा. झाडाच्या बुडाला ड्रेंचिंगसाठी एक ते दोन लीटर अर्क प्रति पंप वापरा.

ढेपीचा वापर : शेंगदाणा, जवस, तीळ इत्यादी ढेपीत २० ते ४० टक्के प्रथिने असतात. मोहरी (सरसो) ढेप सर्वोत्तम असते. **संदर्भ :** *तण देई धन - शेतीचा मूलमंत्र, विवेक शरद रानडे, वर्धा*

बावची

हिच्या पानात भरपूर पोटॅश असते. बियांमधील तेल जिवाणूनाशक आहे. डाळिंबावरील बॅक्टेरिअल ब्लाईट / तेल्या यावर प्रभावी आहे.

मिरची / लसूण

रस शोषणाऱ्या किडी, जिवाणूजन्य रोग, अळीवर यांचा अर्क प्रभावी आहे.

तरोटा

तरोट्यामध्ये विषाणूनाशक गुणधर्म आहेत.

उन्हाळी - दिवाळी

यात उपयुक्त जिवाणू, सूक्ष्म मूलद्रव्ये उदाहरणार्थ, मॅग्नेशिअम, मँगनीज मोठ्या प्रमाणात असते. झाडात बुरशीनाशकाचा गुणधर्म आहे. याच्या मुळ्याच्या गाठी काढून उपयोग करता येतो.

कलोंजी

याचे बियाणे काळ्या रंगाचे असते. याचे तेल व काढा उत्तम वनस्पतिवर्धक आहे.

ज्येष्ठमध

ज्येष्ठमधात असलेले ग्लुकोसाईट साखरेपेक्षा ५० पटीने जास्त गोड आहे. म्हणून गुळाऐवजी ज्येष्ठमधाचा वापर केल्याने जिवाणू लवकर वाढतात. ज्येष्ठमधात अल्कलॉईड, ग्लुकोज, सुक्रोज, स्टार्च, ग्लायकोसाईड असतात. त्याने जिवाणू वाढतात. त्यामुळे पिकाची वाढ चांगली होते.

गोरखमुंडी (बोदरी)

पाने व फळ यांमध्ये कीटकनाशक गुणधर्म आहेत. त्यांचा अर्क वापरावा.

तालीमखाना

याच्या सर्व भागांचा अर्क बुरशीनाशक म्हणून परिणामकारक आहे.

महाबला (अतिबला)

महाबलाच्या बिया काळ्या रंगाच्या व चपट्या असतात. बोंडामध्ये बिया असतात. या वनस्पतीत मॅग्नेशिअम व पोटॅशिअम भरपूर प्रमाणात असल्याने पिकामध्ये भरपूर प्रतिकारशक्ती येते. महाबला उत्तम बुरशीनाशक आहे.

डाळिंबासाठी आवश्यक जैविक खते व औषधे

अँझॉस

हे जिवाणू (जैविक) खत आहे. ते नत्र, स्फुरद व पालाश मूलद्रव्ये उपलब्ध करून देणारे जिवाणूंचे मिश्रण आहे. त्याला एनपीकेचे कन्सॉर्शियम म्हणतात. अँझॉसमध्ये नायट्रोजन फिक्सेशन बॅक्टेरिया, फॉस्फरस सोल्यूबलायझिंग बॅक्टेरिया व पोटॅश स्टॅबिलायझिंग बॅक्टेरिया आहेत. एनपीके हे पिकांसाठी आवश्यक असणारे प्रमुख मूलद्रव्य आहे. त्यामुळे पिकाची वाढ जोमदार होते. त्याला फुले-फळे भरपूर लागतात. तसेच पिकांमध्ये रोगप्रतिकारशक्ती उत्पन्न होते. अँझॉस झाडाच्या बुडाला २५० मिली प्रति ०.४ हेक्टर एकटे किंवा बीडी कंपोस्टसोबत मिसळून द्यावे.

पेसिलोमायसिस लिलॅसिनस

डाळिंबासाठी सूत्रकृमी (रूट नॉट निमॅटोड), बरोईंग निमॅटोड, रूट लिजन निमॅटोडवर पेसिलोमायसिस प्रभावी कीडनाशक आहे. ते डाळिंबाला जीवामृतासोबत व्हेंच्युरीने (ठिबक) किंवा ड्रेंचिंगद्वारे देता येते. जमिनीत मुळ्यांजवळ ते पोहोचणे महत्त्वाचे आहे. जीवामृतसोबत एक लीटर पेसिलोमायसिस प्रति ०.४ हेक्टर देता येते. बीडी कंपोस्टसह द्यायचे असल्यास नऊ किलो पेसिलोमायसीस प्रति ०.४ हेक्टर द्यावे. त्याने झाडाची पांढरी मुळीही वाढते.

पेसिलोमायसिसने सूत्रकृमीमुळे मुळांवर होणाऱ्या गाठींचे नियंत्रण होते. तसेच मूळकुजव्या रोगाचे नियंत्रण होते.

ट्रायकोडर्मा व्हिरिडी

ट्रायकोडर्मा व्हिरिडी, ट्रा. हॅमटॅम, ट्रा. हार्जियानम या तीन जाती डाळिंबावरील विविध रोगांवर प्रभावी आहेत. डाळिंबावरील फ्युजॅरियम, फायटोप्थारा, मर, मूळकूज, खोडकूज, फळकूज इत्यादींवर प्रभावी आहे. डाळिंबावरील व आंतरपिकातील आच्छादनावरील काडीकचरा लवकर कुजण्यासाठी ट्रायकोडर्मा उपयुक्त आहे. एक किलो ट्रायकोडर्माच्या मदतीने एक टन काडीकचरा लवकर कुजतो. ट्रायकोडर्मा आणि सुडोमोनस संयुक्तपणे वापरल्यास डाळिंबावरील अनेक जिवाणूजन्य व बुरशीजन्य रोगांचे नियंत्रण होते.

ट्रायकोडर्मा हानिकारक बुरशींना अन्न मिळू देत नाहीत. त्यांची उपासमार करतात. डाळिंबाच्या मुळांवर पातळ थर तयार झाल्याने त्यात हानिकारक बुरशीचा शिरकाव होऊ देत नाहीत.

डाळिंब व त्यातील मिश्रपिकांसाठी ट्रायकोडर्मा बीजप्रक्रियेसाठी, रोपे बुडवायला, फवारणीला, कचरा कुजवण्यासाठी, ड्रेंचिंगसाठी वापरता येते. डाळिंबावर फ्युजॅरियम मर रोगाच्या नियंत्रणासाठी झाडाच्या बुडाला गोमूत्र, हळद व पाणी सम

प्रमाणात घेऊन ड्रेंचिंग करावे. नंतर ट्रायकोडर्मा व बॅसिलस यांचे द्रावण बुडाला टाकावे.

सुडोमोनस फ्लुरेसन्स

हे जैविक बुरशीनाशक आहे. डाळिंबावरील अनेक रोगांवर ते प्रभावी आहे. ब्लाईट, ब्लास्ट, विल्ट, लिफ स्पॉट, रॉट, फायटोप्थोरा इत्यादींवर नियंत्रण करते. तीन ते पाच लीटर सुडोमोनस प्रति ०.४ हेक्टर ड्रेंचिंगसाठी व ९० मिली सुडोमोनस १५ लीटर पाण्यात मिसळून फवारणीसाठी वापरता येते. ढगाळ हवा असताना बुरशीजन्य रोगाचा प्रादुर्भाव डाळिंबावर होण्याची शक्यता असते. त्यासाठी सुडोमोनस एक लीटर व बिव्हेरिया अर्धा लीटर मिसळून प्रति ०.४ हेक्टर फवारावे. जमिनीखालील कीड व पानांवरील बुरशी इत्यादी रोगांच्या नियंत्रणासाठी प्रत्येकी दोन लीटर सुडोमोनस - मेटारायझियम आणि अर्धा किलो गूळ मिसळून फवारावे. तसेच बुडाला ड्रेंचिंग करावे. त्यामुळे हुमणी, पिठ्या ढेकूण इत्यादींवर नियंत्रण मिळते.

बिव्हेरिया बॅसियाना

डाळिंबावरील मावा, पांढरी माशी, पाने खाणारी अळी, बोअरर, भुंगे, तुडतुडे, मिली बग इत्यादींचे बिव्हेरियाने नियंत्रण करता येते. ७५ मिली बिव्हेरिया, दूध व गूळ एकत्र मिसळून सायंकाळी डाळिंबावर फवारावे. डाळिंबावरील

फळ पोखरणाऱ्या अळींसाठी मेटारायझियम आणि बिव्हेरिया परिणामकारक आहे. दोन्ही प्रत्येकी अर्धा लीटर घेऊन त्यात २५० मिली दही मिसळून फवारल्यास अधिक प्रभावी नियंत्रण मिळते. मिश्रण सकाळी भिजवून सायंकाळी फवारावे.

व्हर्टिसिलीयम लिकॅनी

डाळिंबावरील पांढरी माशी, मावा, फूलकिडे, पिठ्या ढेकूण, खवले कीड, कोळी, लीफ मायनर, रूट ग्रब इत्यादींवर प्रभावी आहे. ७५ मिली व्हर्टिसिलीयम प्रति १५ लीटर पाण्यात मिसळून फवारावे. तापमान २८° व आर्द्रता ६५ टक्क्यांपेक्षा जास्त असल्यास ते प्रभावी ठरते. दोन लीटर व्हर्टिसिलीयम, दोन किलो गूळ, पाच लीटर गोमूत्र एक लीटर दुधात मिसळून फवारले तर ते अधिक परिणामकारक ठरते.

मेटारायझियम ॲनिसोपली

डाळिंबावरील वाळवी, मिली बग्ज, रूट ग्रब, खवले कीड, तुडतुडे, भुंगे, हुमणी, बिटल्स, बग्ज, व्हिव्हिल, पिठ्या ढेकूण यांच्या नियंत्रणासाठी मेटारायझियम प्रभावी आहे. डाळिंबाच्या फळ पोखरणाऱ्या अळीच्या नियंत्रणासाठी प्रत्येकी अर्धा लीटर मेटारायझियम - बिव्हेरिया - पाणी आणि २५० मिली दही सकाळी एकत्र भिजवून सायंकाळी फवारावे.

∎∎∎

डाळिंबावरील प्रमुख किडी व त्यांचे व्यवस्थापन

प्रमुख किडी

१. मावा (Aphids)
२. तुडतुडे (Jassids)
३. फूलकिडे - खरड्या (Thrips)
४. कोळी (Mites)
५. पांढरी माशी (White Fly)
६. पिठ्या ढेकूण (Mealy Bug)
७. नागअळी (Leaf Miner)
८. खोडकिडा (Stem Borer)
९. केसाळ अळी (Hairy Caterpillar)
१०. उंट अळी (Semilooper)
११. फळातील रस शोषणारा पतंग (Fruit Sucking Moth)
१२. सुरसा / फळ पोखरणारी अळी (Fruit Borer)
१३. साल खाणारी अळी (Bark Eating Caterpillar - Inderbela)
१४. पीन होल बोअरर (Shot Hole Borer)
१५. पाने खाणारी अळी (Leaf Eating Caterpillar)
१६. फळमाशी (Fruit Fly)
१७. रस शोषणारा ढेकूण (Sap Sucking Bug)
१८. हुमणी (Root Grub)
१९. वाळवी (Termites)
२०. सूत्रकृमी (Root-knot Nematodes)
२१. वायर वर्म (Root Feeding Worm)
२२. खवले कीड (Scales)

■ मावा (Aphids)

ओळख

या किडीचे शास्त्रीय नाव Aphis punicae असून डाळिंबाच्या छाटणीनंतर नवीन पालवी फुटण्याच्या काळात व ढगाळ हवामानात ही वाढते. झाडाच्या कोवळ्या पानांवर, फुलांवर, कळ्यांवर व फळांवर पांढरट हिरव्या रंगाचा मावा, त्याने टाकलेल्या पांढऱ्या कातीच्या अवशेषावरून ओळखता येतो. मावा आधी पानातील रस चाखून पाहतो. रस योग्य वाटल्यास तो तेथे स्थिरावतो. ज्या झाडांना ताण

समूहामध्ये आढळणारे मावा किडे

पांढरट कात टाकलेले मावा किडे

कळीवर वाढणारा पिवळा मावा

पडला आहे त्या झाडांवरील रस मोठ्या कीटकांना आवडतो. झाडातील रसात नत्र व पालाश यांचा अभाव असल्यास तेथे मावा कमी असतो. आंबे बहारात मावा मोठ्या प्रमाणात येतो.

जीवनक्रम

मादी अंडी न देता सरळ १०-१२ पिल्लांना प्रतिदिन जन्म देते. ही पिल्ले सात ते नऊ वेळा कात टाकून प्रौढ होतात. प्रौढ मावा १२ ते २० दिवस जगतो.

स्थानांतरावेळी त्याला पंख फुटून ते काळ्या रंगाचे दिसतात. हवेत जास्त आर्द्रता असेल तर मावा झपाट्याने वाढतो. ३०° से. तापमान प्रजननास अनुकूल असते.

नुकसान

मावा किडे झाडांचे कोवळे शेंडे, पाने, कळ्या, फुले व फळे यांमध्ये सोंड खुपसून रस शोषून घेतात. अति प्रादुर्भावग्रस्त पाने रंगहीन, वेडीवाकडी, गुंडाळल्यासारखी होतात. हे किडे मधासारखा गोड पदार्थ आपल्या शरीरातून बाहेर टाकतात. त्यामुळे पानांवर काळा थर (Black Sooty Mould) जमा झाल्याने अन्ननिर्मिती मंदावते. नोव्हेंबर ते फेब्रुवारी महिन्यांमध्ये या किडीचा प्रादुर्भाव जास्त प्रमाणात दिसून येतो.

व्यवस्थापन

- डाळिंब बागेत स्वच्छता ठेवा. तणांचा बंदोबस्त करा.
- झाडांच्या छाटणीचे नियोजन अशा पद्धतीने करावे की जेणेकरून झाडांवर फांद्यांची गर्दी होणार नाही, तसेच फवारणी करते वेळी औषधाचे द्रावण झाडाच्या संपूर्ण भागात पोहोचण्यास मदत होईल.

- कीटकांचा प्रादुर्भाव नगण्य असेल तर लगेच फवारणी न करता कीडग्रस्त भाग काढून त्याचा नाश करा.
- डाळिंबात सापळा पिके उदाहरणार्थ, चवळी, करडी, हरभरा, मका, रुचकी, झेंडू, शेवगा तुरळक लावल्यास मित्रकिडी वाढून मावा कमी होतो.
- डाळिंबास एक तास स्प्रिंकलरने पाणी दिले तर मावा धुऊन निघतो; पण झाड बहारात असेल तर स्प्रिंकलर लावू नये.
- डाळिंबाच्या बागेत मिरची, कांदे घेऊ नका.
- पाच किलो मैदा प्रति १०० लीटर पाण्यात किंवा १०० ग्रॅम स्टार्च १०० लीटर पाण्यात मिसळून एकजीव करून सकाळी झाडांवर व्यवस्थित फवारा. जसजसे ऊन वाढेल तसतशी पानांवर त्याची पापडी धरली जाऊन मावा मरतो. तसेच ब्लॅक सुटी मोल्डसह पापडी निघून जाते.
- एक किलो बाजरीचे पीठ तसेच सात दिवस ठेवा. काही दिवसांनी ते कडवट होते. नंतर त्यात नऊ लीटर पाणी मिसळून डाळिंबावर फवारा. याने मित्रकिडी ढालकिडे, क्रायसोपा वाढतो. मित्रकिडींना अपाय होत नाही.
- एक किलो कडुलिंब बिया सुकवून बारीक करा. दोन लीटर देशी गायीच्या मूत्रात दोन दिवस भिजवा. १५ लीटर पाण्यात मिसळून फवारणी करा.
- लिंबोळी अर्क पाच टक्के किंवा ॲझाडिरॅक्टीन २० मिली प्रति १० लीटर पाणी किंवा २० ते ४० ग्रॅम व्हर्टिसिलीयम आणि एक टक्का निरमा किंवा ५०० ग्रॅम निरमा दोन लीटर पाण्यात अर्धा तास भिजवून त्यात पाच टक्के लिंबोळी अर्क मिसळून फवारणी करा.
- व्हर्टिसिलीयम लेकॅनी ६० ग्रॅम आणि दूध ५० मिली प्रति १० लीटर पाण्यात मिसळून फवारणी करा.
- आलमिकाची फवारणी करा. त्याच्या नावाप्रमाणेच आले-लसूण-मिरची-कांदा व काळे मिरे हे त्याचे घटक आहेत. हे घटक माव्याचे प्रमाण कमी असेल तर प्रत्येकी २५० ग्रॅम व जास्त असेल तर प्रत्येकी ५०० ग्रॅम वेगवेगळे कुटून त्यात ३० ते ६० लीटर गोमूत्र व १२० लीटर पाणी मिसळून प्रति ०.४ हेक्टरवर फवारा. सकाळी केलेले द्रावण संध्याकाळी फवारा.
- डाळिंबाच्या बागेत निळे चिकट सापळे एक सापळा प्रति ५० ते ७५ झाड लावा.
- विविधि परभक्षी व परोपजीवी कीटक माव्यावर उपजीविका करतात. उदाहरणार्थ, लेडी बर्ड बीटल्स, क्रिप्टोलिमस, ब्रुमस, कॉक्सीनेल्ला, सहा प्रकारचे ढालकीडे इत्यादी.
- परभक्षी कीटक क्रायसोपा कार्निया मोठ्या झाडांवर पाच ते दहा अळ्या प्रति झाड सोडा. किंवा स्किमनस कॉक्सीव्होरा भुंगेरे ६०० प्रति ०.४ हेक्टरवर सोडा.
- माव्याचे प्रमाण जास्त असल्यास अग्निअस्त्र सहा लीटर प्रति २०० लीटर किंवा दशपर्णी आठ लीटर प्रति २०० लीटर प्रति ०.४ हेक्टरवर फवारा.
- माव्याचे नैसर्गिक शत्रू लेडी बर्ड बीटल्स, क्रिप्टोलिमस, कॉक्सीनेल्ला, ब्रुमस व सहा प्रकारचे ढालकिडे वाढले तर नैसर्गिक नियंत्रण (बायोलॉजिकल कंट्रोल) मिळते.
- गोमूत्र एक ते तीन लीटर प्रति १०० लीटर पाण्यात मिसळून फवारा. झाड फुलावर असताना गोमूत्र एक लीटर प्रति १०० लीटर पाण्यात मिसळून फवारा.

- एक किलो रिठा २० लीटर पाण्यात उकळा. थंड झाल्यावर २०० लीटर पाण्यात प्रति ०.४ हेक्टरवर फवारा.

■ तुडतुडे (Jassids)

ओळख

तुडतुडे दोन मिमी लांबीचे सफेद व पिवळसर रंगाचे असतात. पानांच्या खालच्या बाजूला राहून तिरकस चालतात. पाचरीच्या आकाराचे असतात. कीटक पानातून रस शोषून घेतात. किडीद्वारे झालेल्या इजेमुळे पानातील रस बाहेर पडतो. त्यामुळे पाने चिकट होतात, त्यावर काळी बुरशी (Black Sooty Mould) वाढते. या किडीच्या प्रादुर्भावामुळे पाने पिवळी पडतात. झाडांची वाढ खुंटते. बऱ्याच वेळा हा रस पिण्यासाठी झाडांवर मुंग्याही आढळतात.

या किडीच्या प्रादुर्भावामुळे पानांचा आकार वक्र व चुरडल्यासारखा होतो. तुडतुडे उडी मारून तिरकस चालतात. नत्राचे जास्त प्रमाण दिले तर कीड वाढते. पानांच्या कडा भाजल्यासारख्या दिसतात.

जीवनक्रम

मादी कीड पानांच्या शिरेमध्ये किंवा पेशीत ३० पर्यंत अंडी घालते. या अंड्यांचा रंग पिवळसर हिरवा असतो. त्यातून ११ दिवसांत हिरव्या रंगाचे तुडतुडे बाहेर निघतात. ते नंतर पाच वेळा कात

तुडतुडे

टाकतात. त्यानंतर या तुडतुड्यांना पंख फुटून प्रौढ अवस्थेत प्रवेश करतात. या किडींची एक पिढी २८ दिवसांत तयार होते. ज्या काळात खूप आर्द्रता व जास्त तापमान असते त्या जुलै-ऑगस्टमध्ये या किडी जास्त क्रियाशील असतात.

व्यवस्थापन

- मावा व्यवस्थापनाप्रमाणे नियोजन करा.
- क्रायसोपर्ला कार्नियाच्या पाच ते दहा अळ्या प्रति झाडा सोडा. परोपजीवी कीड वापरा.
- ग्रीन लेसविंग या परभक्षी किडीमुळे जैविक नियंत्रण मिळते. सापळा पीक लावा.
- व्हर्टिसिलीयम लेकॅनी ४० ग्रॅम प्रति १० लीटर पाणी फवारा. म.फु.कृ.वि. राहुरीचे फुले बगीसाईड वापरा.
- व्हर्टिसिलीयम २० ते ४० ग्रॅम आणि निरमा ५०० ग्रॅम दोन लीटर पाण्यात अर्धा तास भिजवा. त्यात लिंबोळी अर्क पाच टक्के मिसळून फवारा.
- लिंबोळी अर्क पाच टक्के फवारा.
- तुडतुड्यांचे नैसर्गिक शत्रू हॉबर, सिरफीड माशी शेतात वाढले तर किडीवर जैविक नियंत्रण होते.
- एक किलो रिठा २० लीटर पाण्यात उकळा. थंड झाल्यावर २०० लीटर पाण्यात मिसळून फवारा.
- इंग्लिश वर्तमानपत्राचे चार समान तुकडे करून शेंगदाणा तेलात बुडवा. प्रति ०.४ हेक्टरवर ७५ ते १०० तुकडे तारेने फांदीला बांधा. त्याला तुडतुडे चिकटतात.

■ फूलकिडे - खरड्या (Thrips)

ओळख

या किडीचे शास्त्रीय नाव Scirtothrips किंवा Rhipiphothrips Cruentatus आहे. या दोन

प्रजाती आहेत. एक पिवळ्या व दुसरे काळ्या रंगाचे फूलकिडे. यापैकी काळ्या रंगाच्या फूलकिड्यांचा प्रादुर्भाव जास्त प्रमाणात आढळून येतो. या किडीचा आकार लहान असून त्याचे शरीर लांबट निमुळते असते. या किडीला 'खरड्या' असेही म्हणतात.

झाडावरील फूल काढून तळहातावर झटकले तर असंख्य फूलकिडे आपल्या हातावर सहजपणे दिसतात. फूलकिड्यांची पिल्ले व प्रौढ पानांवरील कोवळ्या फांद्यांवरील आणि फळांवरील पृष्ठभाग खरवडून त्यातून स्रवणाऱ्या रसावर उपजीविका

प्रादुर्भावग्रस्त झाडाचा वाळलेला कोवळा शेंडा व प्रादुर्भावग्रस्त कळ्या आणि फुले

फूलकिड्यांनी ओरखडल्यामुळे फळावरील
गंजल्यासारखे खडबडीत चट्टे

वेड्यावाकड्या व गुंडाळलेल्या
पानांच्या कडा व शेंडे

करतात. परिणामी प्रादुर्भाव झालेली पाने वेडीवाकडी होतात. या किडीचा प्रादुर्भाव कळी अवस्थेतच जास्त होतो. त्यामुळे पुढे फळांवर खडबडीतपणा येतो किंवा पांढरे पट्टे दिसतात.

या किडीचा आकार बारीक असून ती निमुळती, कणखर तांबड्या रंगाची असतात. यांची लांबी एक ते सात मिमी असून पिल्ले पंखरहित व प्रौढासारखी दिसतात. ही कीड फळांवर पायाने ओरखडे ओढून त्यातून स्त्रवणाऱ्या रसावर जगत असते. त्यामुळे फळांवर खडबडीतपणा येतो. या रोगालाच 'डाळिंब फळावरील खरड्या रोग' असेही म्हणतात. सप्टेंबर ते नोव्हेंबरपर्यंत प्रादुर्भाव असतो. फूलकिडे कोरड्या वातावरणात मोठ्या प्रमाणात वाढतात. त्यामुळे आंबे बहारात यासाठी काळजी घेणे आवश्यक असते. ऑक्टोबर हीट व संक्रांतीनंतर फूलकिडे येतात.

आरक्ता व मृदुला जातीच्या डाळिंबांवर यांचा प्रभाव जास्त असतो. फूलकिड्यांमुळे डाळिंबावर बुरशी, विषाणू व जिवाणूजन्य रोग वाढतात. सेटिंगनंतर (फळधारणेनंतर) फळांवर पांढरी रेष तयार होते. तिन्ही बहारात या किडीचा प्रादुर्भाव असतो.

जीवनक्रम

या किडीची मादी पानांच्या शिरांमध्ये ३० ते ५० अंडी घालते. ती चार ते पाच दिवसांत उबतात. अंड्यातून बाहेर पडलेली पिल्ले १० ते २५ दिवसांत प्रौढ होतात.

या किडीच्या एक वर्षात तीन ते चार पिढ्या पूर्ण होतात. प्रादुर्भाव ऑक्टोबर हीट व संक्रांतीनंतर वाढतो.

व्यवस्थापन

- डाळिंबाची फळे फुलोरा ते पेरू आकाराची होत असताना फळांची त्वचा (कवच) कोवळी व नाजूक असल्याने फूलकिड्यांचा प्रादुर्भाव जास्त होतो. त्यासाठी झाडाच्या फांदीला असलेले काटे वाढत असताना ते काढून घ्या. अन्यथा हवेच्या साहाय्याने झाडांच्या फांद्या हलून फांदीला असलेले काटे फळांना टोचतात किंवा घासतात.

- सकाळी किंवा सायंकाळी बागेतील कोवळ्या फांदीच्या शेंड्यांवर फूलकिड्यांचा प्रादुर्भाव झाला आहे किंवा नाही हे तपासण्यासाठी काळ्या रंगाच्या कपड्यावर कोवळे शेंडे हळुवार झटका. त्यावर फूलकिडे दिसतात.

- फूलकिडे हवेने पसरतात. हवेचा वेग कमी करण्यासाठी बागेच्या कडेला झाडांचे कुंपण किंवा बॉर्डर पिके लावा.

- फूलकिड्यांचा प्रादुर्भाव तणांवर होत असतो. फुलोरा अवस्थेपूर्वी तणांचे नियंत्रण करावे.

- निळ्या रंगाचे १० ते १२ इंच आकाराचे छोटे-छोटे कार्डशीट्स घेऊन त्यावर चिकट पदार्थ (ग्रीस) लावून ते शीट्स बांबूला तारेने बांधा. ७५ ते १०० सापळे प्रति ०.४ हेक्टर लावा.

- इंग्लिश वर्तमानपत्राचे चार समान तुकडे करून त्याला शेंगदाणा तेलात बुडवून लावा. त्याला फूलकिडे चिकटतील.

- फूलकिड्यांनी रंगहीन झालेली फळे काढायची गरज नाही. फळ फोडल्यावर आतल्या दाण्यांपर्यंत बुरशी गेली असली तरच अशी फळे काढून बागेबाहेर जाऊन नष्ट करावीत.

- दाण्यांपर्यंत बुरशी गेली नसल्यास डाळिंब दाणे टेट्रापॅकमध्ये पॅक करून विकणाऱ्या व्यापाऱ्यांशी संपर्क साधून मार्केट मिळवावे.

- पाच किलो कडुलिंब पाला, दोन ते तीन किलो सीताफळ पाला, दोन किलो बेशरम पाला (तिन्ही पाले ठेचून २० ते २५ लीटर पाण्यात सडवून घ्या), चार लीटर ताज्या शेणाचा अर्क, दोन लीटर गोमूत्र २०० लीटर पाण्यात

मिसळून ०.४ हेक्टरवर फवारा. (कमी आंबवलेल्या दह्याचा वापर बुरशीनाशक म्हणून होतो, तर जास्त आंबवलेल्या दह्याचा वापर कीडनाशक म्हणून होतो.)

- डाळिंब रोप निवडताना टोकं वाळलेली, पाने वाकडी असलेली रोपे निवडू नका.
- बागेत स्वच्छता, तणांचे नियंत्रण, झाडांच्या छाटणीचे नियोजन अशा पद्धतीने करा, की जेणेकरून झाडांवर फांद्यांची गर्दी होणार नाही. फवारणी करताना सर्व भागांवर औषध पडेल असे पाहा.
- प्रादुर्भाव झालेली कोवळी पाने नेहमी नष्ट करा. त्यावर असंख्य फूलकिडे असतात.
- डाळिंबात मिरची, कांदे, लसूण, वांगे, टोमॅटो, भेंडी ही आंतरपिके घेऊ नका.
- डाळिंब प्लॉटमध्ये निळे चिकट सापळे २० प्रति प्रति ०.४ हेक्टरवर लावा.
- २५० ग्रॅम वावडिंग व १०० ग्रॅम हिंग ५०० लीटर पाण्यात मिसळून फवारा.
- आले एक किलो, लसूण अर्धा किलो, मिरची अर्धा किलो, कांदे एक किलो, काळे मिरे पाव किलो, १०० ग्रॅम हळद आणि ६० लीटर गोमूत्र १०० लीटर पाण्यात मिसळून फवारा.
- करंज अर्क २०,००० पीपीएमची फवारणी @ दोन मिली प्रति लीटर फवारा.
- दशपर्णी पाने सात किलो व नीमकेक दोन किलो ५० लीटर पाण्यात उकळा. रात्रभर तोंड बांधून ठेवा. सकाळी गाळून त्यात १० लीटर गोमूत्र मिसळून १०० लीटर पाण्यात मिसळून फवारा.
- सुडोमोनस व व्हर्टिसिलीयम प्रत्येकी ७५ मिली प्रति १५ लीटर पाण्यात मिसळून फवारा.
- सुडोमोनस १५० ग्रॅम (काडीपेटीची सात झाकणइतके) किंवा ७५ मिली, व्हर्टिसिलीयम

७५ मिली व २५० ग्रॅम गूळ प्रति १५ लीटर पाण्यात मिसळून तयार द्रावणाची सायंकाळी फवारणी करा किंवा सकाळी लवकर फवारा. कारण उन्हात फूलकिडे जमिनीत किंवा आच्छादनात लपतात.

- व्हर्टिसिलीयम लॅकॅनी चार ग्रॅम प्रति लीटर पाण्यात आदल्या रात्री भिजवा. दुसऱ्या दिवशी सकाळी त्यात ५०० मिली दूध मिसळून झाडांवर फवारा.
- व्हर्टिसिलीयम लॅकॅनी दोन ते चार ग्रॅम, निरमा एक किलो प्रति लीटर पाण्यात मिसळून तयार द्रावणाची फवारणी फुले येण्याआधीपासून १० दिवसांच्या अंतराने फवारा.
- लिंबोळी अर्क पाच टक्के सायंकाळी फवारा.
- आठ लीटर अग्निअस्त्र २०० लीटर पाण्यात मिसळून फवारा.
- क्रायसोपा कार्निया परोपजीवी कीड फूलकिड्यांचा बंदोबस्त करते. १५ ते १० अळ्या प्रति झाड सोडा.
- डाळिंबावर रेडीव्ह्यूड ढेकूण, पायरेट, डॅमसेल बग या परभक्षी कीटकांचे प्रमाण वाढले तर फूलकिड्यांचे जैविक नियंत्रण होते. त्यासाठी विषारी औषधे वापरू नका. जैविक औषधांचा वापर करा.
- एक किलो निरगुडीचा कोवळा पाला दोन लीटर पाण्यात मिसळून मिश्रण निम्मे होईपर्यंत उकळा. थंड झाल्यावर २५ लीटर पाण्यात मिसळून फवारा.
- पाच किलो कडुलिंब पाला, प्रत्येकी दोन किलो सीताफळ पाला - बेशरम पाला, पाच लीटर गोमूत्र २०० लीटर पाण्यात मिसळून फवारा.

■ लाल कोळी (Red Mites)

ओळख

या किडीचे शास्त्रीय नाव Tenuipalpus Sp. Tetranychus आहे. या किडीचा प्रादुर्भाव डाळिंबावर कमी प्रमाणात होतो. या किडीसुद्धा झाडांच्या पानातील रस शोषतात. कोळी आकाराने लहान, अतिसूक्ष्म असून लाल व पिवळ्या रंगाचे असतात. पिवळसर तांबूस / लाल रंगाचे कोळी आकाराने लंबगोलाकार व फुगीर असतात. त्यांना पायाच्या चार जोड्या (८ पाय) असतात. त्यांचे पाय करवतीसारखे असतात. त्यामुळे पायांनी फळांना खरवडल्यास त्यातून रस पाझरतो, तसेच तोंडानेही ते फळांना इजा करतात. त्यामुळे फळांवर ओरबाडल्यासारखे खवले दिसतात. फळांवर त्याने तपकिरी चट्टे पडतात.

या किडीचा प्रादुर्भाव जास्त झाल्यास खूप प्रमाणात रस शोषल्या गेल्याने फळे झाडांवरच सुकून जातात.

लाल कोळी पानांच्या खाली असल्याने लवकर निदर्शनास येत नाहीत. पाने वाळून पानगळ होऊ शकते.

पानांवर विटकरी रंगाचे चट्टे दिसतात. तापमानात वाढ झाली की कीड वाढते.

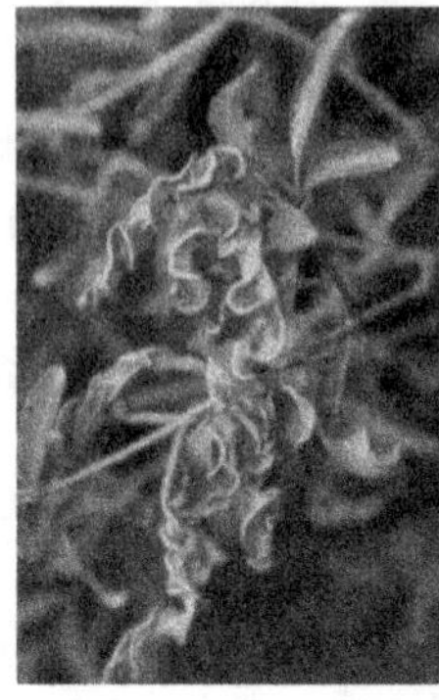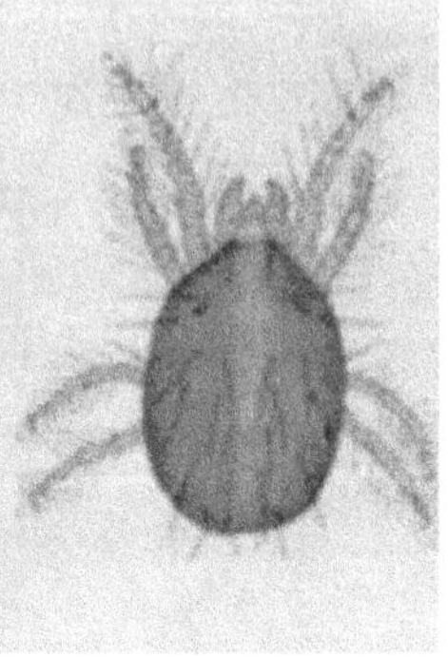

लाल कोळी

जीवनक्रम

पानांच्या खालच्या बाजूवर शिरेजवळ किंवा कडेला असंख्य अंडी घातली जातात. अंडी पांढऱ्या रंगाची असतात. अंड्यातून पिल्ले बाहेर पडण्याच्या वेळी लाल रंगाची दिसतात. या किडीची पिल्ले आणि प्रौढ किडी पानांच्या खालच्या भागावर राहून पानातील रस शोषून घेतात. परिणामी, पूर्ण पाने विटकरी रंगाची होऊन वाळून गळून पडतात. लाल कोळींचा प्रादुर्भाव फळांच्या सर्व अवस्थांमध्ये होतो. फळांच्या सालीवरील रस शोषल्याने फळांचा आकर्षकपणा कमी होतो. त्याने फळांची प्रत कमी होऊन भाव कमी मिळतो.

व्यवस्थापन

- एक किलो निरगुडीचा कोवळा पाला दोन लीटर पाण्यात उकळून तयार मिश्रण २५ लीटर पाण्यातून फवारा.
- मावा किडीच्या व्यवस्थापनाप्रमाणे कृती करा.
- पाच किलो कडुलिंब पाला, प्रत्येकी दोन किलो सीताफळ पाला - बेशरम पाला आणि पाच लीटर गोमूत्र एकत्र करून फवारा. १० लीटर द्रावण २०० लीटर पाण्यात मिसळून प्रति ०.४ हेक्टरवर फवारा.
- पाच मिली व्हर्टिसिलीयम प्रति लीटर किंवा दोन ग्रॅम प्रति लीटर पाण्यातून फवारा. (उन्हाळ्यात नको.)
- आठ लीटर अग्निअस्त्र २०० लीटर पाण्यात मिसळून फवारा.
- क्रायसोपा परोपजीवी कीटक तीन ते दहा अळ्या प्रति झाड सोडा.
- परभक्षी कीटक उदाहरणार्थ, मॅन्टीड, कुंभारीण, कोळीभक्षक वाढल्याने किडीचे नैसर्गिक व्यवस्थापन होते.
- आळमिकाची फवारणी करा.

- एक ते तीन लीटर गोमूत्र १०० लीटर पाण्यात मिसळून फवारा.
- एक ते तीन लीटर कडुनिंबाचे तेल १०० लीटर पाण्यात मिसळून फवारा.
- आले-लसूण-मिरची अर्क फवारा. त्यासाठी प्रत्येकी एक किलो आले - लसूण - मिरची वेगवेगळे प्रत्येकी तीन लीटर पाण्यात ठेचून त्याचा अर्क काढा. सर्व द्रावण निम्मे होईपर्यंत उकळा. त्यात २०० ग्रॅम खादी साबणाचा चुरा मिसळून सकाळी त्यात २०० लीटर पाणी मिसळा. ०.४ हेक्टर झाडांवर फवारणी करा.

■ पांढरी माशी (White Fly)

ओळख

डाळिंबावरील या किडीचे शास्त्रीय नाव Siphonius Phyllyreae आहे.

डाळिंबावरील पांढऱ्या माशीचे वास्तव्य पानांच्या मागच्या बाजूला असते. पानांच्या मागील बाजूस पिल्ले आणि राखाडी पांढऱ्या रंगाच्या प्रौढ माश्या दिसून येतात. या किडीची मादी-माशी अतिसूक्ष्म अंडी पानांवर घालतात आणि त्यापुढील संपूर्ण जीवनक्रम झाडांच्या पानांवरच पूर्ण होतो. पानांवर चिकट द्रव स्रवल्याने त्यावर काळ्या बुरशीची वाढ होऊन प्रकाशसंश्लेषण क्रिया कमी होऊन झाडांची वाढ खुंटते.

या किडीचा आकार ७.५ मिमीपेक्षा कमी असतो. किडीचा रंग भुरकट पांढरा व डोळ्यांचा रंग लाल असतो. या किडीच्या पंखांवर पांढरी भुकटी असते. कोषाचा व किडीचा आकार फुगीर, गोलाकार असतो. पिल्ले व प्रौढ अवस्थेत शरीरावर केस असतात. ही कीड या दोन्ही अवस्थेत पानातील रस शोषते. त्यामुळे पानांचा रंग पिवळसर होतो. या किडीच्या जास्त उद्रेकामुळे काही फळझाडांत फूलगळ होऊन फळधारणा होत नाही.

पांढरी माशी दर महिन्याला एक पिढी जन्माला घालते. एक वर्षात १२ पिढ्या होतात. जास्त प्रादुर्भाव जुलै व ऑगस्ट महिन्यात होतो. डाळिंब झाडांना जास्त नत्र दिल्यास कीड वाढते. पांढऱ्या माश्या सकाळी आठ ते दहा वाजता बाहेर पडतात. या किडीवर मेणासारखे संरक्षक कवच असते.

जीवनक्रम

मादी पानांच्या खालच्या बाजूला २०० पर्यंत अंडी घालते. दहा दिवसांत अंडी उबून पिल्ले बाहेर पडतात. ही पिल्ले योग्य निवारा शोधण्यासाठी झाडांवर भटकतात. निवारा निश्चित झाल्यावर झाडाच्या पेशीजालात आपली सोंड खुपसून

पानावरील पांढऱ्या माशीच्या विविध अवस्था

अतिप्रादुर्भावामुळे संपूर्ण पांढरट झालेला पानांचा खालचा भाग

त्यातील रस शोषण करतात. या किडीची पूर्ण वाढ ७० ते ७५ दिवसांत होते. पूर्ण वाढ झालेली कीड कोषावस्थेत जाते. ही अवस्था १६० दिवस असते, त्यातून नंतर पांढरी माशी बाहेर पडते.

व्यवस्थापन

- डाळिंब बागेतून सकाळी आठ-दहा वाजता फेरफटका मारल्यास पांढऱ्या माश्या उडताना दिसतात. त्यामुळे त्यांच्या खाण्याच्या सवयीत व्यत्यय येतो. म्हणून बागेतील प्रत्येक कानाकोपरा हिंडा. त्यामुळे व्यायामही होतो व माश्यांचे काही प्रमाणात नियंत्रणही होते.
- पॉवर स्प्रेअरने साध्या पाण्याची फवारणी पानांच्या खालच्या बाजूला केल्यास अंडी-पिल्ली, कोष धुऊन निघतात. स्प्रिंकलरने पाणी दिले तरी चालते.
- एंडेल तेल लावून प्रति ०.४ हेक्टर २० पिवळ्या चिकटपट्ट्या शेतात जागोजागी लावाव्यात.
- मावा नियंत्रणाप्रमाणे सर्व उपाय करून पाहता येतात.
- लिंबोळी अर्क पाच टक्के फवारा.
- पाच ग्रॅम व्हर्टिसिलीयम लेकॅनी प्रति लीटर पाणी आणि एक टक्का निरमा पाणी (५०० ग्रॅम निरमा दोन लीटर पाण्यात अर्धा तास भिजवून गाळा) १० दिवसांच्या अंतराने दोन वेळा फवारा.
- सहा लीटर निमास्त्र किंवा अग्निअस्त्र २०० लीटर पाण्यात मिसळून फवारा.
- आठ लीटर दशपर्णी प्रति २०० लीटर पाण्यात मिसळून प्रति ०.४ हेक्टरवर फवारा.
- बिव्हेरिया २० मिली प्रति १० लीटर पाण्यात मिसळून फवारा.
- परोपजीवी कीड इपिरिकेनिया, ऑग्नेशियस पांढऱ्या माशीवर जगतात.

- इंग्लिश वर्तमानपत्राचे चार समान तुकडे करून ते शेंगदाणा तेलात बुडवा. प्रति ०.४ हेक्टर ७० ते १०० तुकडे झाडाच्या फांदीला तारेने बांधा.
- करंज अर्क २०,००० पीपीएम फवारा.

■ पिठ्या ढेकूण (Mealy Bug)

ओळख

या किडीला पांढरे ढेकूण किंवा शास्त्रीय भाषेत Phanococcus sp, solenopsis, Ferrisia sp म्हणतात.

पांढऱ्या ढेकण्या नावाने ओळखली जाणारी ही कीड उष्ण व कोरड्या हवामानात म्हणजे उन्हाळ्यात जास्त उपद्रवकारक ठरते. या किडीच्या शरीराला मऊ कापसासारखे आवरण असल्याने कीटकनाशक किडीपर्यंत पोहोचण्यास अडथळा येतो; म्हणून या किडीच्या बाल्यावस्थेतच कीटकनाशकाची फवारणी केली तर किडीचे नियंत्रण चांगल्या प्रकारे होते. हे कीटक झाडावरील फळांवर कापसासारख्या आवरणाखाली पुंजक्याच्या स्वरूपात एका जागेवर स्थिर राहून पेशीद्रव्य शोषतात. या किडीच्या शरीरातून चिकट द्रव्य स्रवत असल्याने फळे चिकट होऊन बाजारात विकण्यायोग्य राहत नाहीत. किडींचा प्रादुर्भाव जास्त असल्यास फळगळ होते.

ज्या भागात अवर्षण असते, दीर्घ काळ पाऊस पडत नाही, तेथे जास्त प्रादुर्भाव असतो. दुर्लक्षित बागेवर ही कीड जास्त दिसते. मार्च ते जूनपर्यंत पिठ्या ढेकणाचा प्रादुर्भाव जास्त आढळतो. बहार संपल्यावर ही कीड सुप्तावस्थेत जाते. नवीन बहार धरताना बुंध्याभोवती टाकलेल्या शेणखतातून त्यांचा प्रसार झाडावर काळ्या मुंग्यांद्वारे होतो. याच्या पाच प्रजाती आहेत.

पिठ्या ढेकूण फळपिके, भाजीपाला व फूलपिके यांवरही आढळतो. यातील काही प्रजाती

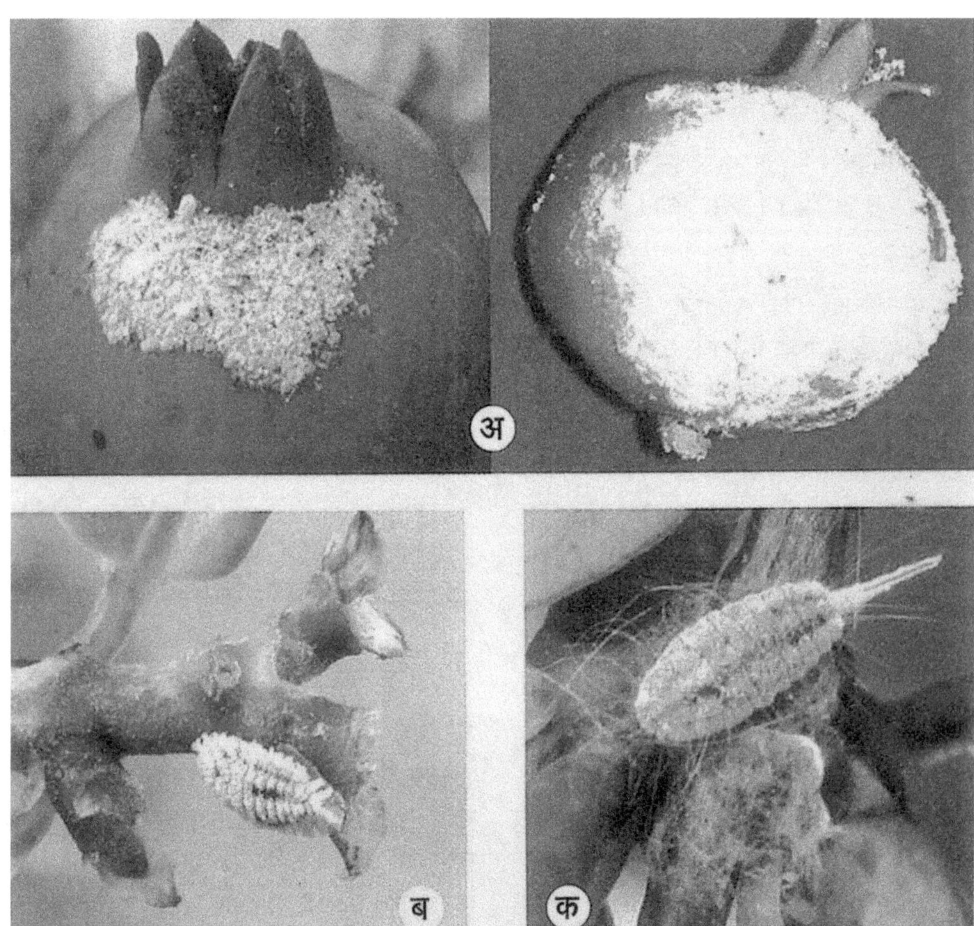

पिठ्या ढेकूण : (अ) फळावरील पांढऱ्या रंगाचे, मेणचट, पुंजक्यामध्ये बसलेले कापसासारखे पिठ्या ढेकूण (ब) फेनाकोकस सोलेनोप्सीस जातीची मादी (क) फेरिशिआ जातीची मादी

लांबोळ्या तर काही गोलसर २.५ मिमी आकाराच्या असतात. त्यांचा रंग तांबडा असतो. मादीचा आकार चपटा असून तिच्या शरीरावर पांढरा व चिकट पदार्थ असतो. मादी किडीला पंख असतात; तर काही पंखाविना असतात. नराचे पंख काळसर रंगाचे असतात. ही कीड एका जागी स्थिर राहून फळझाडातील रस शोषण करते व शरीरातून चिकट द्रव बाहेर टाकते. हा चिकट पदार्थ खाण्याकरिता मुंगळे व मुंग्या त्या ठिकाणी दिसतात. यामुळे या किडीचे वास्तव्य असल्याचे कळते.

जीवनक्रम

या किडीची प्रजोत्पत्ती समागमानंतर अथवा त्याशिवायही होते. मादी चिकट द्रवाने अंड्यांना झाडाच्या खोडांवर चिकटवून ठेवते. या अंड्यांची उबवण हवेतील आर्द्रता व तापमान यावर अवलंबून असते. अंड्याबाहेर पडलेली पिल्ले निवारा शोधण्यासाठी झाडावर भटकत असतात. योग्य निवारा मिळाल्यानंतर स्थिर होऊन झाडातील रस शोषण करतात. दोन-तीन वेळा कात टाकल्यानंतर प्रौढ अवस्थेत पदार्पण करतात.

एक मादी २५० ते ५०० अंडी पुंजक्यांमध्ये देते. या अंड्यांतून तीन ते नऊ दिवसांनी पिल्ले बाहेर पडतात. २२ ते २५ दिवसांनी ती प्रौढ बनतात. त्यांचा जीवनक्रम २५ ते ४० दिवसांचा असून एका वर्षात १२ ते १५ पिढ्या तयार होतात.

व्यवस्थापन

- फेनाकॉकस या जातीचे पिठ्या ढेकूण प्रामुख्याने गाजर गवतावर असतात. त्यामुळे बागेतील गाजर गवत काढून नष्ट करा.
- किडीला बाल्यावस्थेत कापसासारखे शरीरावर आवरण नसते, तेव्हा नियंत्रण प्रभावी होते.
- खोडाला चिकटपट्ट्या लावा, जेणेकरून कीड झाडांवर चढणार नाही.
- बागेत ठिकठिकाणी फ्लॅश लाईट लावा.
- लिंबोळी अर्क पाच टक्के झाडावर फवारा.
- १० किलो घायपात (केतकी)चा पाला आणि १० लीटर गोमूत्र अथवा जनावरांचे मूत्र एकत्र करून सिमेंटच्या टाकीत दहा दिवस सडवा. नंतर त्यात २०० लीटर पाणी मिसळून प्रति ०.४ हेक्टरवर फवारणी करा.
- बाभळीच्या शेंगा बियांसह कुटून १० ग्रॅम पूड पुरचुंडीत बांधून १०० लीटर पाण्यात टाका. त्यात दोन लीटर गोमूत्र मिसळून दोन दिवस आंबवा व प्रति ०.४ हेक्टरवर फवारा.
- व्हर्टिसिलीयम लॅकनी ६० ग्रॅम प्रति १० लीटर पाणी, निरमा एक टक्का, दूध ५० मिली एकत्र करून दर १० दिवसांनी दोन-तीन फवारण्या झाडांवर, खोडांवर व आळ्यात करा.
- व्हर्टिसिलीयमऐवजी बिव्हेरिया ५ ग्रॅम प्रति लीटर पाणी व गूळ २५० ग्रॅम एकत्र करून प्रति ०.४ हेक्टरवर ड्रेंचिंग करा.
- मेटारायझियम आणि बिव्हेरिया चार-चार मिली प्रति लीटर पाण्यात मिसळून पानांवर व आळ्यात ड्रेंचिंग करा.

- कॅपोलेटिस, प्रोमोसिडी, ऑनगॉरस, क्रायसोपा, कोनोबाथ्रा, स्कीमनस, मॅलेडा, लेडी बर्ड बिटल्स, स्पालजिस, कोळी हे पिठ्या ढेकणाचे नैसर्गिक शत्रू आहेत. रासायनिक कीटकनाशके फवारणी बंद केली तर ते वाढून पिठ्या ढेकणांचे नैसर्गिक नियंत्रण करतात.
- प्रत्येकी एक लीटर नीमतेल आणि गोमूत्र १०० लीटर पाण्यात मिसळून फवारा.
- पाच किलो गायीचे शेण आणि तीन लीटर गोमूत्र २४ तास मुरवा. नंतर २०० लीटर पाण्यात मिसळून फवारा.
- एक ते तीन लीटर गोमूत्र १०० लीटर पाण्यात मिसळून फवारा. झाडे फुलावर असतील तर एक लीटर फवारा.

■ नागअळी (Leaf Miner)

ओळख

डाळिंब पिकावरील ही आंतरराष्ट्रीय कीड म्हणून घोषित आहे. हिला पाने पोखरणारी अळी असेही म्हणतात. भारतात ही कीड भाजीपाल्यात व फळपिकात आढळते. ही कीड फार बारीक आकाराची असून यांच्या पंखांची लांबी तीन मिमी असते. त्यावर पारदर्शक हिरव्या रंगाची झाक असते. मात्र, अळीच्या शरीराचा रंग काळा असतो.

जीवनक्रम

या किडीची माशी पानाच्या आत अंडी घालते. अंडी उबायला सहा दिवस लागतात. अंड्यातून बाहेर पडलेली अळी पानाचा आतील भाग पोखरते. या अवस्थेचा काळ नऊ दिवसांचा असतो. या प्रौढ अळीची लांबी सहा मिमी व रुंदी एक मिमी असते. अळीचा रंग पांढुरका राखी असतो. अळी जमिनीत कोषावस्थेत जाते. कोषाचा रंग काळसर असतो. या किडीचा जीवनक्रम २४ दिवसांचा आहे.

व्यवस्थापन

- फळपिकातील रोगग्रस्त पाने गोळा करून नष्ट करा.
- पिकाला गरजेनुसार पाणी दिल्यास कोष उघडे पडून त्यांचा नाश होतो.
- प्रत्येकी एक लीटर नीमतेल आणि गोमूत्र १०० लीटर पाण्यात मिसळून फवारा.

■ खोडकिडा (Stem Borer)

ओळख

ही कीड कोलिओप्टेरा कुळातील असून हिचे शास्त्रीय नाव Zeuzera Sp., Coelosterna spinator, Betocera rufomaculata आहे.

डाळिंबाचे खोड पोखरणारा हा किडा (भुंगा) पांढरा असून तो खोडाचा व फांद्यांचा आतील भाग पोखरून खातो व झाडाला छिद्र पाडून लाकडाचा भुसा बाहेर काढतो. याची लांबी २.५ सेंमी असून रंग तपकिरी आहे. भुंग्यांची अंडी पिवळसर पिंगट असतात. भुंग्यांचा रंग पिवळा असून पूर्ण वाढ झालेल्या अळीची लांबी २.५ ते ३.० सेंमी असते. जबडा मजबूत असतो. या अळीची पूर्ण वाढ होण्याकरिता एक वर्षाचा कालावधी असतो. या अळीची कोषावस्था १५ दिवसांची असून ती खोडातच पूर्ण होते. भुंगे पावसाळ्यात कोषातून बाहेर पडतात. ही कीड अनेक पिकांवर आढळते. ग्रब (अळी) अवस्था खोड पोखरते व प्रौढ भुंगा नंतर दिवसा हिरव्या फांदीला कुरतडतो. त्यामुळे झाड व फांदी वाळते. जुन्या बागेत किंवा दुर्लक्षित बागेत या किडीचा प्रादुर्भाव जास्त होतो.

खोडकिड्याच्या विविध प्रजाती ३० प्रकारची फळझाडे व जंगली झाडे व सुरू यावर जगतात. या किडीची अळी सुरुवातीला खोडावरील साल खाते. नंतर खोडाला छिद्र पाडून आतील गाभ्यात शिरून खोड पोखरते. अळी खोडाच्या आतील भागाला सरळ अथवा नागमोडी दिशेने पोखरते. या संपूर्ण पोखरलेल्या भागात भुस्सा व अळीची विष्ठा भरलेली दिसते.

भुंगेरे पावसाळ्यात जून ते ऑगस्ट दरम्यान मीलनानंतर डाळिंबाच्या फांद्यांवर किंवा सालीला छेद घेऊन सालीखाली १०० ते २०० भुरकट अंडी घालतात.

जुलै ते ऑक्टोबर महिन्यांत खोडकिड्यांचा प्रादुर्भाव जास्त आढळतो. एक पिढी पूर्ण होण्यास एक वर्ष कालावधी लागतो.

जीवनक्रम

अंडी अवस्था १२ ते १५ दिवस, ग्रब अवस्था नऊ ते दहा महिने, कोषावस्था १६ ते १८ दिवस, प्रौढ भुंगा ४५ ते ६० दिवस जगतो.

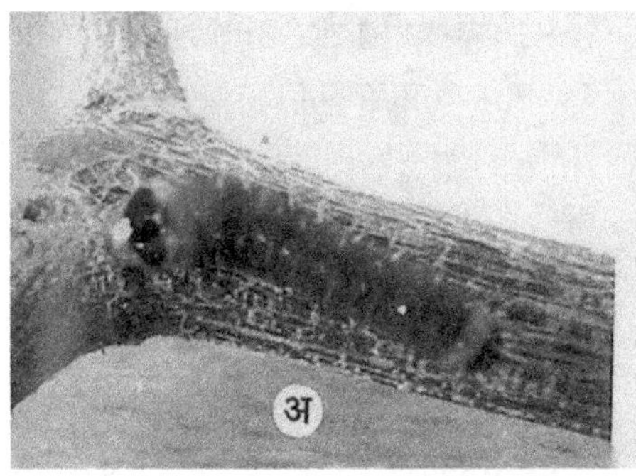

खोडकिडा : (अ) अळी (ब) खोडकिड्याने खोडावर पोखरलेले छिद्र (क) जमिनीवर पडलेली अळीची विष्ठा व लाकडाचा भुसा

व्यवस्थापन

- झाडांच्या बुडाचे तण, गवत काढले असता खोडकिड्याने बाहेर टाकलेला भुगा दिसेल. त्यामुळे प्रादुर्भावग्रस्त झाडांना ओळख-खूण म्हणून चिंधी बांधता येईल. खूण बांधलेल्या झाडाजवळ बसा. सकाळी ७ ते ९ च्या दरम्यान अळी छिद्राच्या तोंडाशी असते. जसजसे ऊन वाढत जाईल तसतशी ती खोलवर जाते. सकाळी खोडाच्या छिद्रात लोखंडी तार किंवा सायकलचा फोक आतबाहेर करत अळी चिरडा. त्याच वेळी विष्ठेने भरलेले छिद्रही मोकळे होईल. नंतर त्यात सिरींजने पेट्रोल सोडा. छिद्र बंद झाले असेल तर पेट्रोल आत जाणार नाही. त्यामुळे आधी छिद्र भुगारहित करा. आत पेट्रोल सोडल्यानंतर छिद्र मेणाने किंवा चिकणमातीच्या गोळ्याने बंद करा. किंवा आले-लसूण पेस्टने छिद्र बुजवा. तसे न केल्यास आत हवा / ऑक्सिजन जाऊन अर्धमेली अळी जिवंत राहून पोखरणे चालू ठेवते. ती आत गुदमरून मेली पाहिजे. छिद्र बुजवण्यासाठी रॉकिलने भरलेला कापसाचा बोळाही वापरता येईल.

- सर्व खोडकिडाग्रस्त झाडांना असे केल्यानंतर दोन-तीन दिवस त्या झाडाखाली नवीन भुगा पडतो का, याचे निरीक्षण करा. भुगा नसेल तर अळी मेली असे समजा. भुगा दिसला तर पुन्हा पेट्रोल सोडा. भुगा नसेल तर झाडाला बांधलेली चिंधी सोडा. असे सतत आठवडाभर केले तरच खोडकिडा आटोक्यात येईल; नाहीतर त्यांचा उपद्रव चालूच राहील.

- एखादे वेळी डाळिंबाच्या एकूण चार-पाच खोडांपैकी दुसऱ्या खोडाला खोडकिडा पोखरू शकतो, त्यासाठी शेतात फिरताना बारकाईने बुडाला नेहमी पाहा (त्यासाठी तिथे

- गवत नसावे.) आणि भुगा दिसल्याबरोबर उपाययोजना करा.

- छिद्रात तार घालून भुगा बाहेर काढल्यावर त्यात सिरिंजद्वारे नीमरससही टाकता येतो. सकाळी ११ पूर्वी हे कार्य करा.

- डाळिंबाच्या सर्व खोडांना बायोडायनामिक वृक्षलेप किंवा नीम मलम वर्षातून सहा वेळा लावावा.

- खोडकिडाग्रस्त झाडांना इंजेक्शन केल्यानंतर झाडांवर पाच टक्के लिंबोळी अर्क किंवा निंबीसिडीन ४५ मिली प्रति १५ लीटर पाणी आठ-दहा दिवसांच्या अंतराने दोन वेळा फवारा. कडू वासाने भुंगा अंडी घालणार नाही. (निंबीसिडीनमध्ये पाणी ओता. पाण्यात निंबीसोडीन ओतू नका.)

- झाडांवर आठ लीटर अग्निअस्त्र किंवा १० लीटर दशपर्णी प्रति २०० लीटर पाणी फवारा.

- बिव्हेरिया ४५ मिली व मेटारायझियम ४५ मिली प्रत्येकी अर्धा लीटर पाण्यात वेगवेगळ्या भांड्यात मिसळा. नंतर त्यात १५ लीटर पाणी टाका. झाडांच्या बुडाला टाका व फवारा. (दोन्ही एकदम ९० मिली एकत्र करून नंतर १५ लीटर पाण्यात मिसळू नका.)

- बायोडायनामिक वृक्षलेप तयार करण्यासाठी १० किलो वारुळाची किंवा चिकण माती, १० किलो देशी गायीचे शेण, अर्धा किलो सीपीपी, २५ ग्रॅम बायोडायनामिक ५०० वेगवेगळे घेऊन स्वतंत्रपणे अर्धा तास ढवळून नंतर पुरेसे पाणी त्यात कालवून पेस्ट तयार करा. त्यांचा खोडाला लेप करा किंवा चोपडा.

- शेतात प्रकाश सापळे लावले तर खोडकिड्याचे पतंग त्यात अडकतील व त्यांचे शेतातील प्रमाणही लक्षात येईल. रात्री ८.३० वाजेपर्यंतच प्रकाश सापळ्यातील बल्ब

चालू ठेवा. उशिरापर्यंत बल्ब चालू ठेवला तर त्यात मित्रकिडींचे पतंगही आकर्षिले जातील.

- झाडांच्या बुडाला स्वच्छता पाहिजे. लॅटरलची नळी खोडापासून दीड फूट लांब ठेवा. खोडाला पाणी लागू नये, नाहीतर बुरशीजन्य रोगांचा प्रादुर्भाव होईल.

- डॅमसेल माशी ही खोडकिड्याची शत्रुकीड आहे.

- खोडकिड्याच्या छिद्रात सकाळी ११ पूर्वी पेट्रोल सोडून छिद्र बंद करा. सायंकाळी लाकडाची राख झाडांवर धुरळावी.

■ केसाळ अळी (Hairy Caterpillar)

ओळख

केसाळ अळीची मादी भुरकट रंगाची असून तिच्यावर चॉकलेटी व काळ्या रंगांचे ठिपके दिसतात. नर-पतंगाचे समोरील दोन पंख काळपट तर मागील दोन पंख हे फिकट पिवळसर रंगाचे असतात. अळीच्या शरीरावर मध्यभागी केसांचा पुंजका असतो.

अळी कोवळी पाने, फुले आणि फळे यावर आपली उपजीविका करते. अंड्यातून बाहेर निघालेली अळी सुरुवातीला कोवळी पाने, नंतर फळांचा व कळीचा भाग खरवडून खाते. जास्त प्रादुर्भाव झाल्यास फुले व फळे लहान असतानाच गळून पडतात.

अळी कोवळ्या खोडाची सालही खाते. याला केसाळ सुरवंट असेही म्हणतात.

व्यवस्थापन

- या अळीचा पतंग पानांवर पुंजक्यांमध्ये अंडी देतो, त्यामुळे अशी पाने नष्ट करा.

- संपूर्ण वाढ झालेल्या अळ्या झाडांवर ठळकपणे दिसतात. त्या पकडून नष्ट करा.

- आलमिका, दशपर्णी, पंचपर्णी (नीम, तुळस, रुई, मधुमालती (घाणेरी), बेशरम) अर्क फवारा.

- औषधाची फवारणी अमावास्येच्या एक दिवस आधी करा.

■ उंट अळी (Semilooper)

ओळख

या किडीचे शास्त्रीय नाव Akayia janata आहे. हिला पाने खाणारी अळी असेही म्हणतात.

केसाळ अळी : (अ) मादी (ब) नर (क) अळी (ड) चाटलेले / खरवडलेले फळ

या किडीच्या अळ्या लहान असताना पानाचा खालचा हिरवा भाग खरवडून खातात. अळी मोठी झाल्यावर खादाडपणे संपूर्ण पानच खात असल्याने कालांतराने पानाच्या फक्त शिराच शिल्लक राहतात. पानांची संख्या मोठ्या प्रमाणात कमी झाल्याने प्रकाश संश्लेषण क्रियेवर परिणाम होतो.

अळीचा रंग दुधाळ तपकिरी असतो. किडीने खाल्लेल्या पानांवर निरनिराळ्या आकाराची छिद्रे आढळतात. या किडीच्या लहान आकाराच्या फूलपाखराचा रंग काळा असून पंखांचा आकार ६० मिमी असतो. पंखाचे शेवटचे टोक काळे असून बाजूला पांढरा रंग असतो.

जीवनक्रम

मादी-पतंग झाडाच्या पानांच्या खालच्या भागावर शंखाकृती अंडी घालते. या अंड्यांमधून तीन ते चार दिवसांनी अळी बाहेर पडून १८ ते २० दिवसांनी कोषावस्थेत जाते. कोषामधून आठ ते नऊ दिवसांनी पतंग बाहेर पडतो. या अळीचा संपूर्ण जीवनक्रम २८ ते ३२ दिवसांमध्ये पूर्ण होतो.

प्रौढ अळी १२ मिमी लांब असून रंगाने हिरवी असते. अळीच्या शरीराचा मागचा भाग निमुळता असून त्यावर पांढरे केस असतात. ही अळी पानावर किंवा जवळच्या झाडावर कोषावस्थेत जाते. त्यातून नऊ दिवसांनी पतंग बाहेर पडतात.

व्यवस्थापन

- वाढ झालेल्या अळ्या झाडांवर सहजपणे दिसून येत असल्याने त्या गोळा करून नष्ट करा.
- या अळीचा प्रादुर्भाव प्रामुख्याने एरंडी पिकावर होत असल्याने बांधावरची तसेच शेतामधील एरंडीची झाडे नष्ट करा.

पाने खाणारी अळी / उंट अळी

(अ) प्रौढ पतंग (ब) अळी (क) अळी पानाची मुखशिरा सोडून पानाचा संपूर्ण भाग अधाशीपणे खाते.

- आठ लीटर अग्निअस्त्र आणि १० लीटर दशपर्णी प्रति २०० लीटर पाण्यात मिसळून फवारा.
- अळ्यांचे नैसर्गिक शत्रू सिरफीड, रॉबर फ्लाय हे आहेत.

■ फळातील रस शोषणारा पतंग
(Fruit Sucking Moth)

ओळख

१९०१मध्ये सर्वप्रथम भारतात लेफ्रॉय या शास्त्रज्ञाला हा पतंग आढळला. या किडीच्या एकूण ८६ प्रजाती विविध फळझाडांवर उपजीविका करतात. त्यातील प्रमुख प्रजातींची नावे Eudocima materna, E. ansilla, Achaea janata, Otheris materna, Otheris fullonica, Otheris homoena ही आहेत.

डाळिंबाव्यतिरिक्त हा पतंग मोसंबी, संत्रा, पेरू, पपई, द्राक्ष, काजू, अननस, टोमॅटो, चिकू, रामफळ, सीताफळ, अंजीर इत्यादी फळांवरील रस शोषण करतो. रस शोषणारा पतंग हा फूलपाखरासारखा मोहक व आकर्षक दिसतो.

हे पतंग फक्त रात्रीच्या वेळी फिरतात. त्यामुळे त्यांना निशाचर कीड असेही म्हणतात. रात्री ८ ते ११ च्या दरम्यान हे फळातील रस पितात. पक्व व चमकणारे फळ शोधून त्यावर बसतात. फळाला सोंडेने सूक्ष्म (टाचणीसारखी) छिद्रे पाडून रस शोषून आपली उपजीविका करतात. फळे पंक्चर झाल्याने सडतात. छिद्र पाडलेल्या जागेवर गोलाकार चट्टा तयार होऊन त्या जागी फळे सडण्यास सुरुवात होते. अशी प्रादुर्भावग्रस्त फळे गळून पडतात. फळांची प्रत कमी झाल्याने ती विक्रीयोग्य राहत नाहीत.

मोठ्या प्रमाणावर प्रादुर्भाव झाल्यास ५० ते ६० टक्क्यांपर्यंत नुकसान झाल्याचे निदर्शनास आले आहे.

पतंगाचे मागचे दोन्ही पंख गर्द शेंदरी रंगाचे असतात. त्यावर काळ्या रंगाचा ठिपका आढळतो किंवा उलटे C अक्षर आढळते.

पतंग पूर्ण वाढ न झालेल्या तसेच पिकलेल्या फळांना आपल्या सोंडेने स्ट्रॉ ट्यूबप्रमाणे छिद्र पाडून आतला रस पितो.

साधारणतः दिवस मावळल्यापासून ते मध्यरात्रीपर्यंत (प्रामुख्याने ७ ते २ वाजेपर्यंत व पहाटे ५-६ वाजेपर्यंत) पतंग बागेमध्ये नुकसान करतात.

छिद्रातून फळाचा रस बाहेर आलेला दिसतो. त्यातून जिवाणू व बुरशी आत प्रवेश करते.

हा पतंग एका रात्रीत एका फळाला सुमारे ३० ते ३५ छिद्रे पाडतो.

फळबाग क्षेत्र असलेल्या भागात काही वर्षे पतंग दिसत नाहीत. परंतु अचानक रात्री येऊन फळांवर हल्ला करतात. एका बागेतील फळे फस्त केल्यावर ती दुसऱ्या बागेत जातात.

हस्त बहारात या किडीचा प्रादुर्भाव जास्त होत नाही. उशिराच्या आंबिया बहारात जास्त प्रादुर्भाव होतो. तसेच मृग, उशिराचा मृग व आंबिया बहारात प्रमाण जास्त असते.

तुलनात्मकदृष्ट्या या पतंगाचा प्रादुर्भाव उशिराच्या मृग बहारात जास्त प्रमाणावर दिसून आला आहे.

ऑगस्ट ते ऑक्टोबर या पावसाळी कालावधीत प्रादुर्भाव जास्त प्रमाणात असतो. नोव्हेंबरच्या पहिल्या पंधरवड्यापर्यंत या किडीचा प्रादुर्भाव डाळिंबावर होत असल्याचे निदर्शनास आले आहे. कारण पावसाळ्यात जून ते ऑगस्ट कालावधीत जीवनक्रम पूर्ण होऊन या किडीचे पतंग बाहेर पडत असल्याने या पतंगाचा प्रादुर्भाव ऑगस्टपासून पुढे नोव्हेंबरपर्यंत वाढतो.

जीवनक्रम

या किडीच्या अंडी, अळी, कोष या जीवनक्रमातील तीन अवस्था जंगली वनस्पतींवर पूर्ण होतात. त्यात नदीनाल्याजवळील विविध गवत व वेली यांचा समावेश आहे. उदाहरणार्थ, गूळवेल, वासनवेल, मधुमालती (घाणेरी), रंगून, क्रीपर, पहाडी वेल या वेलवर्गीय वनस्पती इत्यादी.

एक मादी-पतंग वरील वनस्पतींच्या पानांवर ८०० ते ९०० चमकणारी, पांढऱ्या रंगाची अंडी घालते. ही अंडी गोलाकार व खालील बाजूस सपाट असतात. उबण्याच्या वेळी या अंड्यांचा रंग नारिंगी होतो.

ही अंडी दोन ते तीन दिवसांत उबतात. त्यातून पिवळसर रंगाच्या लहान अळ्या बाहेर पडतात. सुरुवातीला या अळ्या वेलींची पाने खरवडून खातात. वाढीच्या अवस्थेनंतर त्या पूर्ण पाने कुरतडतात.

अळी अवस्था १२ ते १४ दिवसांत पूर्ण होते. पूर्ण वाढ झालेल्या अळीचा रंग तपकिरी होतो. ही अळी स्वत:भोवती कोष विणून कोषावस्थेत जाते. कोषावस्था या वेलीवरच होऊन १० ते १५ दिवसांनी त्यातून पतंग बाहेर पडतो. जीवनक्रम ६० ते ७० दिवसांत पूर्ण होतो.

प्रौढ पतंग कोषातून बाहेर पडल्यानंतर डाळिंब, मोसंबी, संत्री इत्यादी फळबागांकडे खाद्य

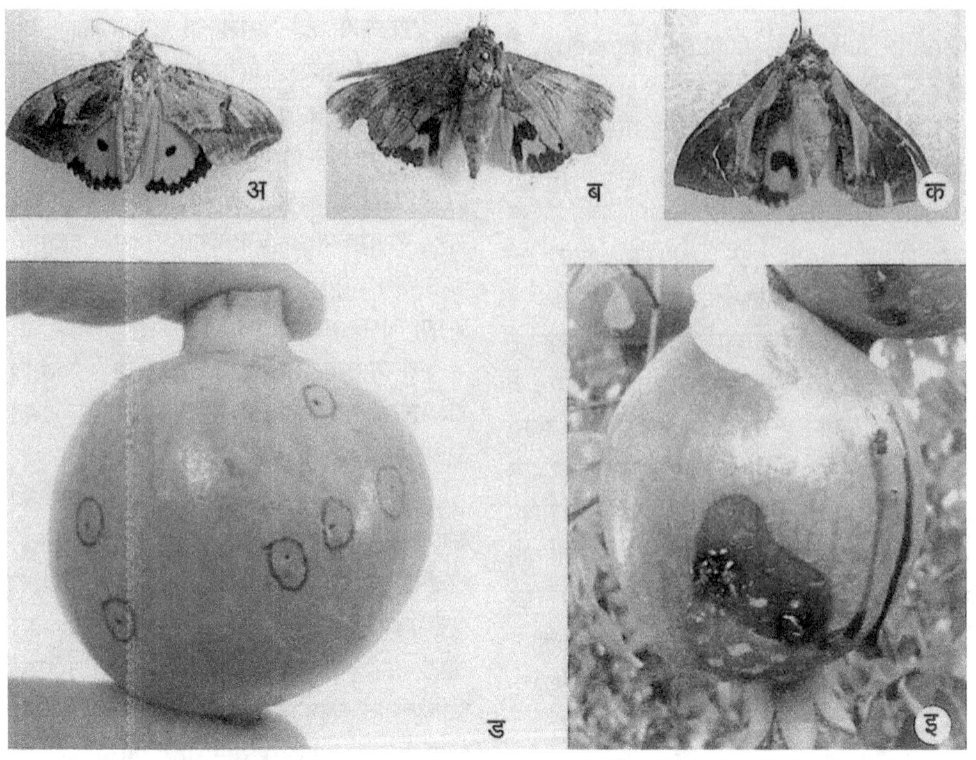

फळातील रस शोषणारा पतंग : (अ) ऑथरीस मर्टना (ब) ऑ. फुल्लोनिआ (क) ऑ. होमोइना (ड) फळांच्या आतील रस शोषण्यासाठी पाडलेली सूक्ष्म छिद्रे (वर्तुळात दर्शवलेली) (इ) सडलेल्या फळावरील लालसर चट्टा व त्यातून निघणारा काळपट रंगाचा स्राव

शोधण्यासाठी धाव घेतात. हे पतंग जवळपास ३० ते ५५ दिवसांपर्यंत जगतात. हा कालावधी मोठा असल्याने पतंगांचा नायनाट करणे क्रमप्राप्तच ठरते.

पूर्ण वाढ झालेल्या पतंगांच्या पंखाच्या मजबूत जोड्या असून ते बरेच अंतर उडून जाऊ शकतात.

व्यवस्थापन

- कृषी विद्यापीठांनी विविध रंगांचे प्रकाश सापळे व आमिष पतंग आकर्षित करण्यासाठी अभ्यासले. कोणतेही प्रकाश सापळे किंवा विषारी आमिष परिणामकारक आढळले नाहीत.

- बागेभोवतीच्या परिसरातील तसेच नदी-नाल्याच्या किनाऱ्यावर अळीला पूरक असणाऱ्या जंगली वनस्पतींचा व वेलवर्गीय वनस्पतींचा नायनाट करावा. उदाहरणार्थ, गूळवेल, शिरीष, वासनवेल, घाणेरी, एरंडी इत्यादी.

- रात्रीच्या वेळेस ७ ते ११ व पहाटे ५ ते ६ वाजता बागेत टेंभा घेऊन फळांवर बसलेल्या पतंगांना गोळा करून रॉकेलमिश्रित पाण्यात टाकून नष्ट करा.

- रात्रीच्या वेळेस बागेत तीव्र झोताचे टॉर्च लावल्यास पतंग सुस्त होतात, त्यांना पकडून नष्ट करा. हाच सर्वांत जास्त प्रभावी उपाय आहे.

- फळे सप्टेंबर-ऑक्टोबरमध्ये पक्व होणार नाहीत, असे नियोजन करा.

- फळांना पेपरबॅग किंवा कापडी पिशव्या बांधा. मात्र, पिठ्या ढेकणांचा प्रादुर्भाव होत असलेल्या भागात त्या पद्धतींचा अवलंब करू नका.

- बागेतील कीडग्रस्त व गळालेली फळे गोळा करून नष्ट करा.

- प्रादुर्भावग्रस्त फळे तोडू नका. कारण अशा फळांकडे पतंग पुन्हा आकर्षित होतात. त्यामुळे चांगल्या फळांचे संरक्षण होण्यास मदत होते.

- फळ शोषणारा पतंग ऑगस्ट-सप्टेंबर महिन्यात सक्रिय होत असल्याने जिथे याचा प्रादुर्भाव आढळून आलेला आहे, अशा भागांमध्ये मृग बहार घेणे टाळा.

- **विषारी आमीष :** १०० ग्रॅम गूळ, ६ ग्रॅम व्हिनेगार, १०० ते १५० मिली फळांचा रस, एक लीटर पाणी हे मिश्रण १०० ते २०० मिली बाउलमध्ये घेऊन प्रत्येक आठ ते दहा झाडांनंतर बाहेरील बाजूस टांगून ठेवा. त्याकडे आकर्षित झालेले पतंग गोळा करून नष्ट करा. विषारी आमिषावर सीएफएल बल्ब टांगून ठेवा.

- झाडांवर पाच टक्के लिंबोळी अर्क किंवा आठ लीटर अग्निअस्त्र किंवा १० लीटर दशपर्णी प्रति २०० लीटर पाणी किंवा चार टक्के गोमूत्र (६०० मिली प्रति १५ लीटर पाणी) फवारा.

- सिट्रोनेल ऑईलची फवारणी करा. त्याच्या तीव्र वासाने पतंग दूर जातील.

- डाळिंबाच्या खोडाला बायोडायनमिक वृक्षलेप लावा.

- पंचगव्य तीन टक्के द्रावण बुडाला टाका. तसेच त्याची पानांवर फवारणी करा.

- पाच किलो शेण, पाच लीटर गोमूत्र, एक किलो लिंबाच्या पानांचा अर्क २० लीटर पाण्यात तीन-चार दिवस आंबवून रोज दोनदा ढवळा. चार दिवसांनी गाळून १०० लीटर प्रति ०.४ हेक्टर फवारल्यास पतंग अंडी टाकत नाहीत.

- **फळांचा आकार वाढवण्यासाठी :** २०० ग्रॅम ज्येष्ठमध, २०० ग्रॅम तीळ बारीक करून पाच लीटर पाण्यात निम्मे होईपर्यंत आटवा.

थंड झाल्यावर २० लीटर पाण्यात अर्धा किलो गूळ मिसळून झाडांवर फवारणी करा.

- पंचगव्याचे बुडाला ड्रेंचिंग, पानांवर आल्मिका फवारून आठ-दहा दिवसांनी दशपर्णी फवारा.
- बागेत दोन-चार ठिकाणी पिकलेली केळी किंवा टरबूज ठेवा. रस शोषणाऱ्या किडीचे पतंग त्यांच्याकडे आकर्षित होतील. ते पकडून नष्ट करा.
- ०.५ सेंमीपेक्षा कमी छिद्राच्या नॉयलॉन जाळीने फळे झाका.
- बागेत सूर्यास्तापूर्वी दोन तास धूर करा.
- २५ ग्रॅम बायोडायनामिक ५०० हे १५ लीटर पाण्यात एक तास उलटसुलट ढवळून एक एकर जमिनीवर सायंकाळी शिंपडा. दुसऱ्या दिवशी पहाटे एक ग्रॅम बीडी - ५०१ १५ लीटर पाण्यात एक तास उलटसुलट ढवळून पंपाने प्रति ०.४ हेक्टरवर हवेत फवारा.

■ **सुरसा / फळ पोखरणारी अळी**
(Fruit Borer)

ओळख

या किडीच्या तीन प्रजाती आहेत : Deudorix isocrates, D. levea, D. apijarbus यापैकी D. isocrates ही सर्वात जास्त नुकसान करणारी प्रजाती आहे.

या किडीचा पतंग आकाराने लहान, तपकिरी रंगाचा असून त्याची लांबी सहा मिमी व पंखाची लांबी १२ मिमीपर्यंत असते. पूर्ण वाढ झालेल्या अळीचा आकार दंडगोलाकृती असतो. ती रंगाने गर्द तांबडी व डोके फिकट तपकिरी रंगाचे असते. किडीच्या कोषाचा रंग पिवळसर तपकिरी असून त्याची लांबी नऊ मिमीपर्यंत असते. अंड्यातून बाहेर पडलेली अळी फळांना बीळ करून आत प्रवेश करून त्यातील गरावर उपजीविका करते. कीडग्रस्त फळे खराब होऊन खाली गळून पडतात.

ही कीड सप्टेंबर ते जानेवारीपर्यंत कार्यक्षम असते.

एकदा फळधारणा झाली की फळकाढणीपावेतो ही कीड नुकसान करते. पावसाळ्यात– विशेषत: मृग बहारात जास्त त्रासदायक आहे. एका वेळी सात-आठ अळ्या एकाच फळात आढळतात.

अळीची वाढ होत असतानाच अळी फळातील छिद्राचा आकार मोठा करून ठेवते; जेणेकरून कोषावस्थेनंतर पतंगाला बाहेर येणे सोपे होईल.

या किडीचा प्रादुर्भाव सर्वच बहारात आढळतो. पेन्सिलच्या आकाराचे छिद्र फळावर आढळते ज्यातून स्राव बाहेर पडत असतो. अळी कळी-फुलांना, फळांना छिद्र पाडून खाते.

जीवनक्रम

मादी पतंग कोवळ्या पानांवर, फांदीवर, कळी-फुलांवर, फळांच्या देठावर, फळांच्या सालीवर साबुदाण्यासारखी अंडी घालते. अंडी अवस्था चार ते सात दिवस राहते.

अंड्यातून बाहेर पडलेली अळी फळांवर छिद्र करून आत शिरते. अळी-अवस्था १३ ते १७ दिवस झाल्यावर ती फळात किंवा जमिनीत कोषावस्थेत जाते. कोषावस्था पाच ते आठ दिवस असते.

पतंग अवस्था तीन-चार दिवस असते. अशा प्रकारे या किडीची पिढी एक महिन्यात पूर्ण होते. या किडीची अळी फळांमध्ये दुसऱ्या हंगामापर्यंत सुप्तावस्थेत राहू शकते. मादी जुलै-ऑगस्ट व नोव्हेंबर-डिसेंबरमध्ये अंडी घालते.

या किडीचे पुनरुत्पादन वर्षभर सुरू असते. एका वर्षात दहा पिढ्या होतात.

या पिढीचा जीवनक्रम पूर्ण होण्यास जानेवारीत ४३ दिवस, जूनमध्ये २६ दिवस, नोव्हेंबरमध्ये ४३ दिवस लागतात.

पतंग चमकदार निळ्या रंगाचे असतात.

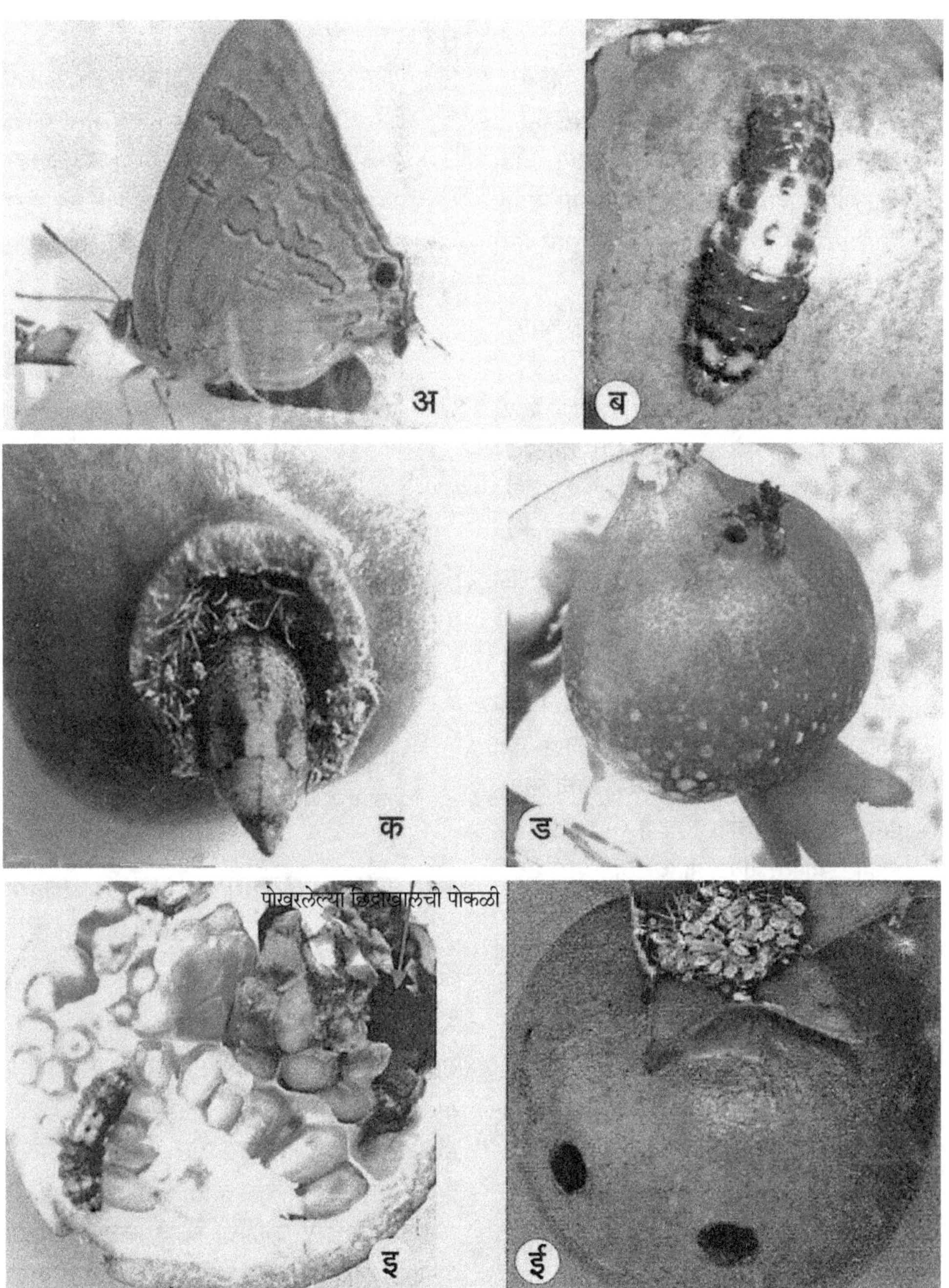

डाळिंबावरील फुलपाखरू / सुरसा : (अ) फुलपाखरू (ब) फळातून बाहेर पडणारी अळी (क) कोष (ड) फळांवर पडलेल्या छिद्रातून सुरसाच्या अळीची तपकिरी काळ्या रंगाची विष्ठा सातत्याने बाहेर येताना आढळते. (इ) पोखरलेल्या फळामधील अळी (ई) फळातून अळी बाहेर पडल्यानंतर दिसणारी छिद्रे

व्यवस्थापन

- फळकाढणी संपेपर्यंत डाळिंबाची कीडग्रस्त खाली पडलेली फळे गोळा करून नष्ट करा.
- फळे बटर पेपरने झाकल्यास पतंग अंडी घालणार नाहीत व अळी आत शिरणार नाही.
- बागेजवळ पेरू, चिकू, चिंच यांची झाडे असू नयेत.
- फळबागेचे फुलोऱ्याच्या अवस्थेपासून संरक्षण करा.
- डाळिंबाचा शक्यतो एकच बहार घ्या. अवेळी येणारी फुले / फळे तोडून नष्ट करा. मृग बहार टाळा.
- अळी अंडी फळाच्या कॅलीक्सवर (पानाच्या दोन पाकळ्यांवर) घालते. ती कापून टाकल्यास अंड्यांचा नाश होईल. (फळधारणेनंतर) नंतर तीन टक्के नीमतेल फवारा.
- या किडीवर उपजीविका करणाऱ्या परोपजीवी कीड ट्रायकोग्रामाची अंडी एक लाख प्रति हेक्टर अमावास्येच्या एक दिवस आधी सोडा. पतंग अमावास्येच्या दिवशी अंडी घालणार नाही. त्यानंतर एक आठवड्याने पाच टक्के लिंबोळी अर्क फवारा.
- दहा लीटर दशपर्णी किंवा सहा लीटर अग्निअस्त्र प्रति २०० लीटर पाणी मिसळून फवारा.
- व्हर्टिसिलीयम चार ग्रॅम प्रति लीटर फवारा.
- प्रत्येकी अर्धा लीटर मेटारायझियम - बिव्हेरिया २५० मिली दह्यात सकाळी भिजवून सायंकाळी झाडांवर फवारा. यात गूळ मिसळू नये. त्याने कीड आकर्षित होईल. दही मिसळल्याने जैविक औषधातील सीडचे स्पोअर्समध्ये रूपांतर होऊन औषध अधिक क्रियाशील / प्रभावी होईल.

पुढील वेळापत्रक अवलंबा

- पहिली फवारणी आलमिकाची. त्यात प्रत्येकी ७५० ग्रॅम आले - लसूण - मिरची - कांदे, २५० ग्रॅम काळे मिरे, २५० ग्रॅम हळद पावडर हे सर्व थोड्या पाण्यात कुटून अर्क काढा. नंतर त्यात ३० लीटर गोमूत्र मिसळा. रात्री तयार करून सकाळी फवारा.
- दुसरी फवारणी दशपर्णीची करा.
- सर्वात प्रभावी फवारणी आलमिकाची आढळून आली आहे.

मत्स्य सापळा

- बिसलेरी बाटलीला मध्यभागी झिगझॅग पद्धतीने एकाआड एक सहा छिद्रे पाडा. सुकट मासे बारीक करून त्याचे पाणी मिश्रण बाटलीच्या बुडाला एक इंचपर्यंत भरा. छिद्रावाटे सुरसाचे पतंग बाटलीत आकर्षित होऊन मरतील. प्रति ०.४ हेक्टरवर १० बाटल्या डाळिंबाच्या झाडाच्या उंचीएवढ्या फांदीला बांधा. दर १५ दिवसांनी सुकट-पाणी बदला.

■ साल खाणारी अळी (Bark Eating Caterpillar - Indarbela)

ओळख

या किडीच्या दोन प्रजाती असून त्यांचे शास्त्रीय नाव Indarbela tetraonis, I. quadrinotata आहे. ही कीड लेपिडोप्टेरा कुळातील असून ती अनेक फळझाडांवर उपजीविका करते.

या किडीला जाळीचा किडा किंवा इंडरबेला असेही म्हणतात. या किडीचा पतंग भुरकट रंगाचा असून त्याचा बांधा मजबूत असतो. पंखांची लांबी ३० मिमी असून नराच्या शृंगिका मऊ व दुहेरी कंगव्याप्रमाणे असतात.

प्रौढ अळी काळसर रंगाची, दंडगोलाकृती असते. अळीची लांबी ४० मिमी असून त्यावर लांब केस असतात. अळी फांद्यांच्या बेचक्यात किंवा खोडात छिद्र पाडून राहते. त्या ठिकाणची साल पोखरून त्यावर विष्ठा व तंतुमय पदार्थांचे जाळे तयार करून शत्रूपासून स्वतःचे संरक्षण करते.

साल पोखरल्यामुळे झाडाच्या अन्नवाहिन्या तुटून झाडांची वाढ खुंटते. किडीची तीव्रता जास्त असल्यास त्या फांद्यांवर फळधारणा होत नाही, फळे असल्यास सुकून गळून पडतात.

या किडीचा पतंग मे व जून महिन्यात कोषातून बाहेर पडतो. किडीचा प्रादुर्भाव जुन्या तसेच दुर्लक्षित बागेत जास्त असतो.

ही अळी रात्रीच्या वेळी खोड किंवा फांदी पोखरते. म्हणून तिला नॉकच्यूरनल कीड म्हणतात.

फांदीच्या बेचक्यात दोन-चार छिद्रे दिसतात. फांदी पोखरली जाऊन कालांतराने ती मोडून पडतात.

फळबागेचे निरीक्षण करताना उघड्या मुळी, मुख्य खोड, फांद्या, फांदीच्या बेचक्यात छिद्र व त्यावर बाहेर लटकलेली जाळी पाहून त्याचे नियंत्रण करा.

जीवनक्रम

मादी पतंग झाडावर ३५० ते ६२४ अंडी घालते. ती आठ ते अकरा दिवसांत उबतात. अळी सप्टेंबरपर्यंत झाडावर लहान जाळे करून राहते. त्यानंतर ती खोडात बिळात राहते. या अळीची पूर्ण वाढ एप्रिलच्या तिसऱ्या आठवड्यापर्यंत होते.

प्रौढ अळीची कोषावस्था खोडातच पूर्ण होते. कोषावस्था २१ ते ४१ दिवसांची असते. मेच्या दुसऱ्या आठवड्यापासून ते जूनच्या मध्यापर्यंत कोषातून पतंग बाहेर पडतो.

पतंगाचे आयुष्य तीन दिवसच असते. या किडीची पिढी पूर्ण होण्यास एक वर्षाचा कालावधी लागतो. रात्रीच्या वेळी अळी बाहेर पडून साल पोखरते. साल खाल्ल्यामुळे झाडाची वाढ खुंटून फळधारणा होत नाही.

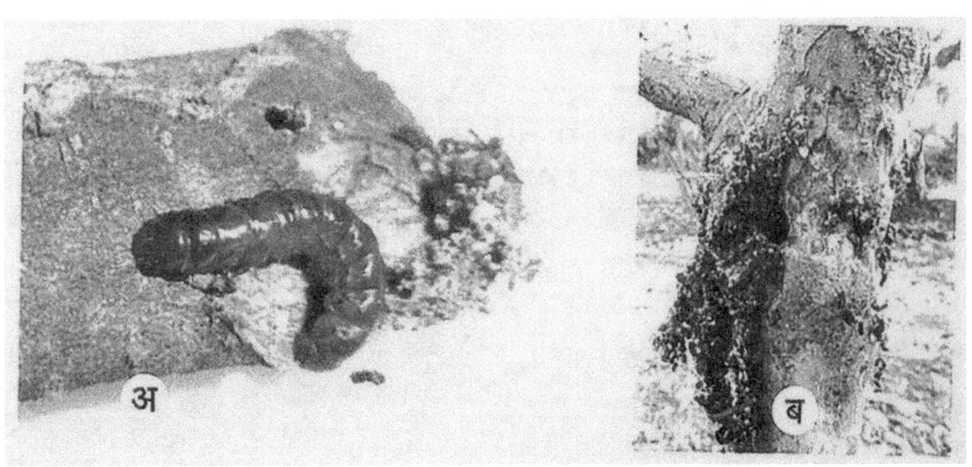

साल खाणारी अळी : (अ) झाडाची साल खाणारी अळी (ब) अळी फांद्याच्या बेचक्यात छिद्र पाडते. तिच्या शरीरातून निघणाऱ्या धाग्याच्या जाळीवर त्या अळीची विष्ठा तसेच चघळलेला लाकडाचा भुसा लटकलेला दिसून येतो.

व्यवस्थापन

- अळीने कीडग्रस्त केलेला भाग स्वच्छ करून त्यांवरील जाळी काढा. खोडावर अथवा फांदीवर छिद्र किंवा बीळ असल्यास तारेने भुसा बाहेर काढून त्यात पेट्रोल किंवा रॉकिलचा बोळा टाकून चिकणमातीने किंवा मेणाने बिळाचे तोंड बंद करा किंवा प्रादुर्भाव झालेल्या छिद्रामध्ये पाच मिली पेट्रोल इंजेक्शनने सोडून छिद्र सीलबंद करा.

- बागेत स्वच्छता ठेवा. झाडांची दाटी होणार नाही याची काळजी घ्या. झाडाची वाढ व संख्या आवश्यकतेपेक्षा जास्त होऊ देऊ नका.

- झाडांची छाटणी करताना इजा होऊ देऊ नका. कारण अशी झाडे लवकर बळी पडतात.

- अग्निअस्त्र आठ लीटर किंवा दशपर्णी दहा लीटर प्रति २०० लीटर पाण्यातून फवारा.

- बिव्हेरिया बॅसियाना १० ग्रॅम प्रति लीटर द्रावण फवारा.

- वर्षातून सहा वेळा खोडाला व मुख्य फांद्यांना नीम मलम लावा.

- पुढील उपाययोजना प्रभावी आढळली आहे :
  १. पाच टक्के निंबोळी अर्क फवारा.
  २. सीपीपीचे ड्रेंचिंग व फवारणी करा.
  ३. खोड स्वच्छ करा. खोडावर व फांद्यांवर रॉकिलचा बोळा (जाळ काढून) फिरवा.
  ४. वृक्षलेप लावा.
  ५. प्रकाश सापळे लावा.

■ पीन होल बोअरर (Shot Hole Borer)

ओळख

या किडीला खोडभुंगा म्हणूनही ओळखतात. यांच्या वेगवेगळ्या प्रजातींची शास्त्रीय नावे Xyloborus sp, Xyloborus fornicatus, Xylosandrus sp आहेत. याला अँब्रोसियम बीटल असेही म्हणतात.

पीन-टाचणीसारखे छिद्र करणाऱ्या या खोडभुंग्याला अँब्रोशिया बीटल्स असेही म्हणतात. याने सूक्ष्म छिद्र पडलेल्या जागी अँब्रोशिया बुरशीची वाढ होते. या बुरशीवर हे भुंगे उपजीविका करतात. हे भुंगे काळपट रंगाचे असतात. त्यांचा आकार दोन ते तीन मिमी एवढा लहान असतो. तो खोडाला टाचणीसारखे छोटी-छोटी छिद्रे पाडतो. जखम झालेल्या जागी बुरशी वाढून खोड कुजते.

ज्या बागेत झाडांची खूप दाटी झालेली असते, सूर्यप्रकाशाची कमतरता असते, जेथे झाडाच्या सभोवती नेहमी ओलावा असतो व हवेत जास्त आर्द्रता असते, अशा बागेत याचा जास्त प्रादुर्भाव होतो.

या किडीच्या अंडी, अळी, कोष, भुंगेरे या सर्व अवस्था खोडातच आढळून येतात. ही कीड जमिनीलगतच्या मुळांवर, खोडावर, फांदीवर दिसून येते.

या किडीचा प्रादुर्भाव जून ते डिसेंबर महिन्यांत जास्त प्रमाणात होत असला तरी खोडांवर छिद्र पाडण्याचे प्रमाण ऑक्टोबर ते डिसेंबरमध्ये सर्वांत जास्त असते.

टाचणीच्या / सुईच्या आकाराचे बारीक छिद्र पाडून आतील भाग पोखरून ही कीड बोगदे तयार करते. या छिद्रातून भुसा बाहेर पडतो. असंख्य छिद्रांमुळे अन्नरसवहनात अडथळा येतो. पाने निस्तेज होऊन गळतात. फांद्याही कालांतराने वाळतात.

१९८६मध्ये डॉ. मोटे यांना कोल्हार (जिल्हा अहमदनगर) परिसरात डाळिंब व एरंडी यावर ही कीड सर्वप्रथम आढळली.

१९९२ ते ९५मध्ये अहमदनगर जिल्ह्यातील बरेच क्षेत्र या किडीमुळे उद्ध्वस्त झाले. चहाच्या झाडांवरही ही कीड मोठ्या प्रमाणात आढळते.

जीवनक्रम

खोडाला लहान छिद्र पाडणाऱ्या भुंगेऱ्याची पूर्ण वाढ झालेली मादी काळपट रंगाची व आकाराने अतिशय लहान म्हणजे दोन ते अडीच मिमी लांबीची असते. नर आकाराने मादीपेक्षा निम्मा असतो. त्याला पंख नसतात, तसेच तो खोड पोखरत नाही. नरांची संख्या फारच कमी असते.

या किडीची अंडी पांढऱ्या रंगाची लंब-गोलाकार असून मादी प्रत्येक बोगद्यात एकेक अशी सुटी अंडी घालते. ही अंडी आठ ते दहा दिवसांत उबून त्यातून पांढरी अळी बाहेर पडते. ही अळी मादीने बाहेरून आणलेल्या बुरशीवर उपजीविका करते. मादी Monaerosprorium Ambrocium बुरशीचे कण आणून प्रत्येक छिद्रात / बोगद्यात ठेवते. पुढे या बुरशीची या छिद्रात वाढ होते. या बुरशीवर या अळ्या उपजीविका करत असल्यामुळे

या किडीला अँब्रोशिया बीटल्स असेही नाव आहे. अळीची अवस्था २१ ते २६ दिवस असते. नराची अळी फारच लहान आकाराची असते.

कोष पांढऱ्या रंगाचे असून कोषावस्था १० ते १२ दिवस असते. किडीची एक पिढी पूर्ण होण्यास ३९ ते ४८ दिवस लागतात. खोडातील भुंग्यांचा रंग तांबडा असतो व दोन-तीन दिवसांनी काळा होतो. या किडीची कोणतीही अवस्था प्रत्यक्ष झाडाचा कोणताच भाग खात नाही. फक्त बारीक छिद्रे पाडून आतील भाग पोखरून बोगदे तयार करते.

या किडीचा प्रादुर्भाव जवळपास वर्षभर आढळून येतो. परंतु जून ते डिसेंबर म्हणजे दमट हवामानात– पावसाळ्यात भुंग्यांची संख्या जास्त असते. मात्र, छिद्र पाडण्याचे प्रमाण ऑक्टोबर-नोव्हेंबरमध्ये सर्वांत जास्त असते.

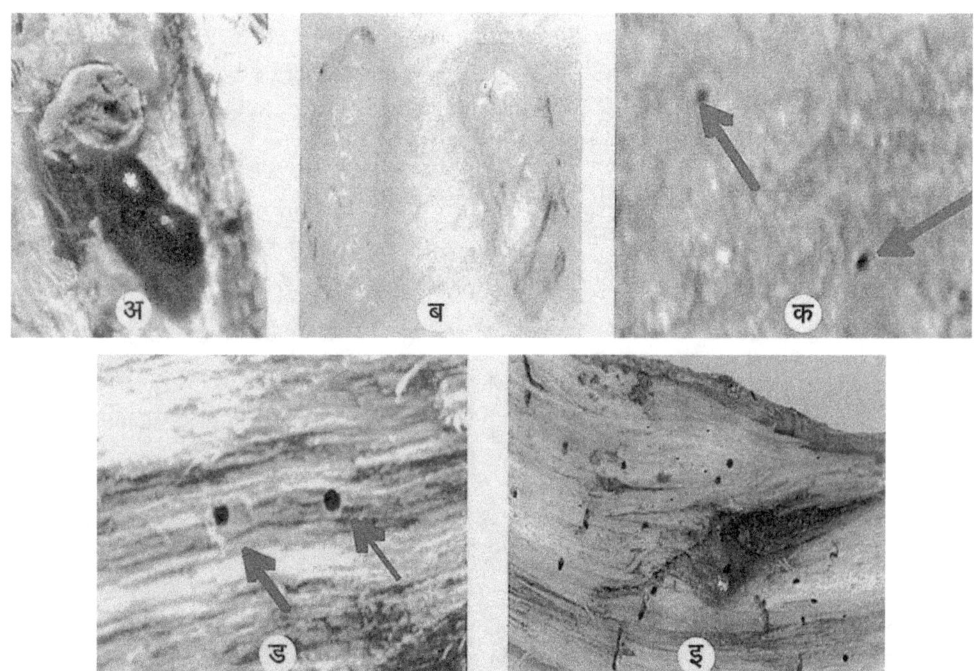

पीन होल बोअर : (अ) प्रौढ भुंगेरा (ब) अळी आणि कोष (क) टाचणीच्या आकाराची खोडावरील छिद्रे (ड – इ) टाचणीच्या आकाराची खोडाच्या आतील भागावर दिसणारी छिद्रे

उष्ण हवामान, कमी आर्द्रता या किडीस अनुकूल असते. या किडीचा प्रादुर्भाव जमिनीलगतच्या खोडांवर जास्त असला तरी फांद्यांपर्यंत गेलेला दिसतो. तसेच जमिनीलगतच्या मुळांवर ही समस्या जास्त आहे. या छिद्रातून Fusarium, Rhizoctonia या रोगाचे बुरशीजन्य जंतू प्रवेश करतात. त्यामुळे रोगाचे प्रमाण वाढण्यास मदत होते. परिणामी, फ्युजेरियम व रायझोक्टोनिया बुरशींमुळे मुळ्या कुजतात, मुळांची साल कुजते व झाड मरते. म्हणून खोडावरील लहान छिद्र पाडणाऱ्या भुंगेऱ्यांचे व्यवस्थापन करणे अत्यंत आवश्यक आहे.

व्यवस्थापन

- जमिनीत नेहमी वाफसा असावा. जास्त ओलावा ठेवू नका. ठिबकची नळी खोडापासून किमान दोन फूट दूर ठेवा.
- बागेभोवती अथवा जवळपास शक्यतो एरंडीची लागवड करू नका.
- बाग स्वच्छ ठेवा. झाडांची दाटी होणार नाही याची काळजी घ्या.
- या किडीचा प्रादुर्भाव आठ ते दहा वर्षांच्या डाळिंब बागेवर जास्त दिसून येतो. परंतु अलीकडे लहान वयाच्या झाडांवरही ही कीड आढळून आली आहे.
- मरग्रस्त वाढलेल्या झाडवर, झाडाच्या तोडलेल्या फांद्यांवर किंवा छाटणी केलेल्या फांद्यांवर या किडीचे प्रजनन होत असल्याने असे अवशेष शेतामध्ये अथवा शेताच्या बांधावर टाकू नका.
- या किडीचा प्रादुर्भाव जमिनीलगतच्या खोडांवर जास्त असला तरी पुढे-पुढे तो पसरत अगदी वरच्या फांद्यांच्या शेंड्याकडील भागातही जाऊन ती छिद्रे करते. त्यामुळे झाडांचे वारंवार निरीक्षण करा.

- निरीक्षण केल्यानंतर आढळून आलेल्या छिद्रांत तार खुपसून किडीचा नाश करा.
- अग्निअस्त्र आठ लीटर किंवा दशपर्णी १० लीटर २०० लीटर पाण्यात मिसळून फवारा.
- वर्षातून सहा वेळा नीम मलम खोडांवर लावा व छिद्रांवर जास्त चोपडा.
- खोडाला जून-जुलै महिन्यात बायोडायनामिक वृक्षलेप लावा. नित्यनेमाने वर्षातून दोन वेळा वृक्षलेप लावा.
- मेटारायझियम अर्धा लीटर प्रति १०० लीटर पाण्यात मिसळून खोड-फांद्या-झाड यावर फवारा व द्रावणाचे ड्रेंचिंग करा.

■ पाने खाणारी अळी
(Leaf eating Caterpillar)

ओळख

ही कीड वर्षभर सक्रिय असते. वाढीच्या काळात अळ्या पालापाचोळ्यात व भेगांत लपतात. रात्र होताच पाने खायला चालू करतात. अंड्यातून बाहेर पडलेल्या अळ्या पानांची खालची बाजू खातात. अळ्या मोठ्या होऊ लागल्यानंतर संपूर्ण पाने खातात. कीड मोठ्या प्रमाणावर पडल्यास झाडांवर एकही पान ठेवत नाहीत.

या किडीचा प्रादुर्भाव पावसाळी हवामानात जास्त प्रमाणात आढळतो. प्रौढ पतंग फळांमधून रस शोषण करतो. फळपिकांशिवाय भाजीपाल्यात या किडीचा उद्रेक आढळून येतो.

सध्यातरी या किडीचा प्रादुर्भाव विशिष्ट भागातच आढळून येतो. या किडीचा पतंग बळकट, मध्यम आकाराचा असतो. अंदाजे लांबी २२ मिमी व पंखांचा रंग फिकट करडा असतो. त्यावर नागमोडी, पांढऱ्या रेषा असतात. या किडीची अळी गुळगुळीत असते. तिचा रंग पिवळा किंवा हिरवा

असतो. त्यावर काळ्या खुणा असून छातीवर पांढरा पट्टा असतो. प्रौढ अळीची लांबी ४० मिमी असते.

या किडीचा प्रादुर्भाव समूहाने होत असल्यामुळे ती फार मोठे नुकसान करते.

विशेषत: रात्री ही कीड समूहाने अधाशासारखी पिकावर हल्ला करून संपूर्ण पानांचा फडशा पाडते.

या किडीची मादी डाळिंबाच्या कोवळ्या पानांच्या खालच्या बाजूवर पुंजक्यांनी अंडी घालते, तसेच पर्णहीन झाडाच्या कोवळ्या भागांवरही अंडी घालून तिच्या तपकिरी केसांनी अंडी झाकून ठेवते.

जीवनक्रम

एक मादी अंदाजे ४०० अंडी घालते. अंड्याचा रंग पांढरट व आकार वर्तुळाकार असतो. अंडी पाच दिवसांनी उबतात. त्यातून लहान आकाराच्या काळ्या अळ्या बाहेर पडून कोवळ्या पानांवर उपजीविका करत पानांचा फडशा पाडतात.

वाढ होत असताना अळ्या समूहाशिवाय एकट्या जमिनीत, पालापाचोळ्यात, भेगांत लपून बसतात. रात्र होताच परत झाडांची पाने खावयास सुरुवात करतात.

प्रौढ अळ्यांचा रंग फिकट हिरवा व त्यावर काळ्या खुणा असतात. शरीर गुलगुलीत असते.

अळी अवस्था २१ दिवसांची असते. नंतर ती जमिनीत कोषावस्थेत जाते. कोषाचा रंग लाल असतो. त्यातून १४ दिवसांनी पतंग बाहेर पडतो. त्यानंतर चार दिवसांत नर व मादी यांचा संयोग होऊन अंडी घालावयास सुरुवात करतात.

व्यवस्थापन

- अंड्यांची पुंजकी असलेली पाने गोळा करा. अळ्या गोळा करून नष्ट करा.
- अग्निअस्त्र आठ लीटर व दशपर्णी १० लीटर प्रति २०० लीटर पाण्यातून फवारा.
- परोपजीवी व परभक्षी कीटक वापरा.

- रासायनिक कीडनाशके फवारणी बंद केल्यास या किडीचे नैसर्गिक शत्रुकीटक उदाहरणार्थ, रोगस, अर्पेंटेलीस, ब्रेकॉन, ट्रायकोग्रामा भरपूर वाढून जैविक नियंत्रणास मदत करतात.

■ फळमाशी (Fruit Fly)

ओळख

ही कीड डिप्टेरा कुटुंबातील असून तिला मेक्सीकन फ्रूट फ्लाय किंवा Anastrepha pickel असेही म्हणतात. यांच्या विविध प्रजाती मँगो फ्रूट फ्लाय, ओरिएंटल फ्रूट फ्लाय, पपया फ्रूट फ्लाय, Bactrocera dorsalis, Bactrocera zonata इत्यादी आहेत.

या किडी सर्वप्रथम मेक्सिको व मध्य अमेरिका येथे आढळल्या. ही कीड विविध फळझाडे उदाहरणार्थ, डाळिंब, सीताफळ, पेरू, आंबा, स्ट्रॉबेरी, चिकू, भाजीपाला यांसह एकूण ४७८ पिकांवर आढळते. तिला विशेषत: आंबा व पपई जास्त आवडते.

फळमाशीचे नियंत्रण कीटकनाशकांनी करणे अवघड असते. या कीटकाच्या नियंत्रणासाठी रक्षक सापळा पद्धत उपयोगी आहे.

फळमाशीच्या चार अवस्था असतात : अंडी, अळी, कोष व माशी. या सर्व अवस्था जंगली झाडांवर विकसित होतात. फळमाशी फळांवर छिद्र

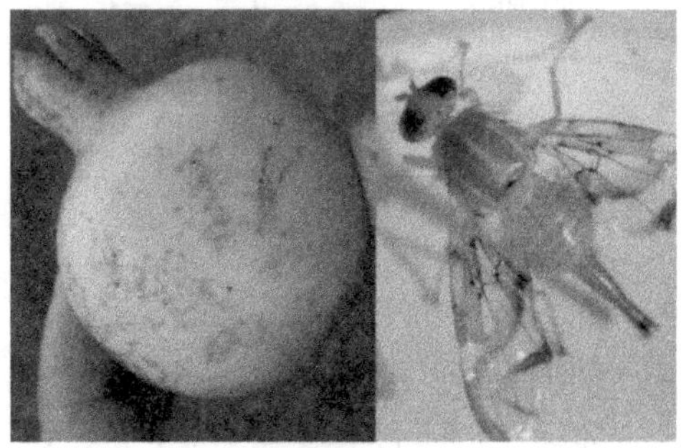

फळमाशी

पाडून त्यात अंडी घालते. नंतर या अंड्यांतून अळ्या बाहेर पडून त्या फळांचा आतील भाग खातात व तिथे फळ सडण्यास सुरुवात होते. या सडलेल्या फळांना बाजारात किंमत मिळत नाही. त्यामुळे खूप मोठे नुकसान होते.

जीवनक्रम

फळमाशी फळांवर झुपक्याने अंडी घालतात. ती सहा ते बारा दिवसांत उबतात. अळी फळात तीन ते चार आठवडे राहते. नंतर बाहेर पडून जमिनीत कोषावस्थेत जाते.

माशी ११ ते १६ महिने जगते. १५०० अंडी घालते. तिच्या एका वर्षात एकूण चार ते सहा पिढ्या होतात. एक मादी सरासरी १२०० ते ३००० अंडी घालते. तिचे आयुष्य १६ दिवस असते.

व्यवस्थापन

- फळमाशीचे नर-मादी समागमासाठी उद्दिपीत होऊन बांधावर गवतात बसतात. त्या वेळी बांधावर १०० मिली नुवान, ४०० ग्रॅम गूळ १० लीटर पाण्यात मिसळून सायंकाळी वा रात्री फवारा.
- डाळिंबाची पक्व फळे चमकदार दिसतात. अशा पक्व अवस्थेत फळमाशीचा मोठ्या प्रमाणात प्रादुर्भाव होतो. यासाठी फळे पक्व होण्यापूर्वी किंचित अगोदरच काढा.
- डाळिंबाच्या झाडांवर ६० ते ६५ टक्के फळधारणा झाल्यावर प्रति हेक्टर चार कामगंध सापळे लावा.
- कामगंध सापळे ६० दिवसांपर्यंत कार्यक्षम राहतात. त्यावर एक किलोमीटर अंतरावरून नर आकर्षित होतात.
- फळमाशीचे कोष जमिनीत असतात. बुडाची माती हलवली तर कोष उघडे पडून मरतात.
- झाडांवर पाच टक्के लिंबोळी अर्क फवारल्यास त्याच्या कडू वासाने माशी अंडी घालत नाही.

- कामगंध सापळे लूरसह झाडाच्या फांदीवर बांधा. शक्यतो त्यावर सावली असावी म्हणजे लूर जास्त दिवस प्रभावी राहते.
- डाळिंबाच्या फळांचा रंग बदलल्यानंतर पिवळे चिकट सापळे लावा. त्यासाठी पिवळ्या प्लास्टिक प्लेटवर इंजिन ऑईल किंवा लोणी व रेझीन यांचे मिश्रण चोपडा. त्यावर फळमाश्या चिकटल्यामुळे अंडी देण्याचे प्रमाण कमी होते.
- केवळ कामगंध सापळ्यावर विसंबून न राहता, बिव्हेरिया ६० ते ७५ मिली प्रति १५ लीटर पाण्यात मिसळून डाळिंब झाडांवर फवारा.
- बटर पेपरने फळे झाकणे हा एकदम प्रभावी उपाय आहे.

रक्षक सापळे

- डाळिंबावरील फळमाशीच्या नियंत्रणासाठी बागेत रक्षक सापळे लावले तर त्याकडे नर आकर्षित होऊन प्रजननावर नियंत्रण होते.
- डाळिंबावरील फळमाशीच्या नराचे आवडते खाद्य काही वनस्पतींच्या फुलांमध्ये, फळांमध्ये, पानांमध्ये असते. उदाहरणार्थ, तुळशीमध्ये ४० टक्के मिथाईल युजेनॉल हे नराला आकर्षित करणारे द्रव्य असते. त्याचा रक्षक सापळ्यात उपयोग करतात. या रक्षक सापळ्यात फक्त नरच आकर्षित होतात. त्यामुळे मादीला मीलनासाठी नर उपलब्ध न झाल्यामुळे प्रजनन होत नाही.
- डाळिंब प्लॉटमध्ये काळी तुळस लावल्यास त्याकडे नर आकर्षित होतील.
- फळमाशीचे नर मादीपेक्षा लवकर प्रजननक्षम होतात.
- मिथाईल युजेनॉलच्या द्रावणात कापसाचा बोळा बुडवून रक्षक सापळ्यातील जाळीदार डबीत ठेवून तिचे झाकण घट्ट बसवा.

सापळ्याच्या तळाशी दीड लीटर पाणी ओतून त्यात दोन मिली नुवार-डायक्लोरहॉस टाकून ढवळा. त्यावर दोन-तीन मिली गोडेतेल टाकून सापळ्याचे झाकण लावा. डबी कीटक-नाशकात बुडणार नाही याची काळजी घ्या.

- सापळ्यातील खाद्य सहा ते आठ आठवड्यांनी व कीटकनाशक दर १५-२० दिवसांनी बदला. पुन्हा मिथाईल युजेनॉलचा दोन ते तीन मिली कापसाचा बोळा त्यात ठेवा.

- डॉ. बाळासाहेब सावंत कोकण कृषी विद्यापीठ, दापोली, जि. रत्नागिरी येथे रक्षक सापळ्यांसाठी संपर्क करा.

मक्षिकारी सापळे

- डाळिंबावरील फळमाशीच्या नियंत्रणासाठी बाजारात मक्षिकारी सापळे उपलब्ध आहेत. त्यात पुठ्ठ्याचा सापळा, द्रव किंवा वडी रूपात लूर उपलब्ध आहेत. त्याची किंमत अंदाजे ७५ रुपये प्रति सापळा आहे. प्रति ०.४ हेक्टरवर दोन-तीन सापळे लावून त्यातील लूर सहा ते आठ आठवड्यांनी बदला.

- नवसारी कृषी विद्यापीठाचा प्लायवूड ठोकळा सापळा म्हणून वापरता येतो. या फ्लाय फ्री ट्रॅपसाठी कृषी विज्ञान केंद्र, कोसबाड हिल, ता. डहाणू, जि. ठाणे येथील प्रा. उत्तम सहाणे (८०८७९ ८५८९०) यांच्याशी संपर्क साधावा.

अन्य उपाय

- डाळिंबाच्या झाडाखाली हिरवी फळे छिद्रे पाडून ठेवा. अशा फळांमध्ये अंडी घालण्यासाठी फळमाश्या आकर्षित होतात. नंतर अंडीग्रस्त फळे बागेबाहेर नेऊन नष्ट करा.

- २० लीटर डाळिंब फळांचा रस, १० लीटर गोमूत्र, दोन किलो गूळ यांचे मिश्रण १० दिवस सडवून नंतर झाडांवर फवारा.

- विषारी कीडनाशकांची फवारणी डाळिंबावर केली नाही तर फळमाशीचे नैसर्गिक शत्रू टॅक्नीड, कॅरोप्स, चिलोनस हे वाढून किडीचा प्रादुर्भाव कमी करतात.

मत्स्य सापळा किंवा फिश मील ट्रॅप (सापळा)

- बिसलेरी बाटलीला मध्यभागी एकाआड एक सहा छिद्रे पाडा. बुडाला सुकट मासे बारीक करून त्यावर एक इंचापर्यंत पाणी ओता. बाटलीभोवती झिगझॅग पद्धतीने केलेल्या छिद्रावाटे फळमाशी व फळ पोखरणाऱ्या किडीचे पतंग आकर्षित होऊन मरतात. प्रति ०.४ हेक्टरवर १० सापळे डाळिंब झाडाच्या उंचीएवढे लटकून ठेवा. बाटलीतील सुकट-पाणी दर १५ दिवसांनी बदला.

- फळधारणेनंतर पाकळ्या तोडून त्यावर असणाऱ्या अंड्यांसह नष्ट करा. त्यावर ५५ टक्के अंडी असतात.

- व्हर्टिसिलियम चार ग्रॅम प्रति लीटर पाणी फवारा.

- **पहिली फवारणी :** आलमिकाची करा. त्यासाठी प्रत्येकी ७५० ग्रॅम आले-लसूण-मिरची-कांदे, प्रत्येकी २५० ग्रॅम काळे मिरे व हळद ३० लीटर गोमूत्रात रात्रभर भिजवा. सकाळी त्यात २०० लीटर पाणी मिसळून फवारणी करा.

- **दुसरी फवारणी :** प्रत्येकी अर्धा लीटर मेटारायझियम आणि बिव्हेरिया, पाव मिली दही सकाळी एकत्र करून ठेवा. सायंकाळी पिकावर फवारा.

- **तिसरी फवारणी :** १० लीटर दशपर्णी २०० लीटर पाण्यात मिसळून प्रति ०.४ हेक्टरवर फवारा.

■ रस शोषणारा ढेकूण
(Sap Sucking Bug)

ओळख

या किडीचा आकार एक मिमीपेक्षा मोठा असतो. किडीच्या पोटाखालच्या भागावर पांढरे चट्टे असून डोळे, छातीचा काही भाग व शृंगिका काळसर रंगाच्या असतात. बिनपंखी पिल्ले प्रौढ किडीसारखी दिसतात.

जीवनक्रम

ही कीड पानातील व फळातील रस शोषण करते. त्यामुळे तो भाग कमकुवत बनतो. ही कीड समूहाने आढळते.

या किडीची मादी झाडाखालील मातीत अंडी घालते. ती आकाराने गोल असतात. त्यांचा रंग निळसर असून ती पुंजक्यात असतात.

अंड्यातून सात दिवसांनी ढेकणांची पिल्ले बाहेर पडतात. ही पिल्ले झाडाखाली थव्याने असतात व अन्नाच्या शोधात झाडांवर चढतात.

पिल्ले सहा वेळा कात टाकून प्रौढ अवस्थेत प्रवेश करतात. या पिल्लांची अवस्था ३५ दिवस टिकते. या किडीला थंड वातावरण सहन होत नाही. या किडीचे जीवनचक्र ६० दिवसांचे असते.

व्यवस्थापन

- पाच टक्के लिंबोळी अर्काच्या १५ दिवसांच्या अंतराने दोन फवारण्या करा.
- सिट्रोनेला ऑईलची फवारणी करा. तीव्र वासाने कीड दूर राहते.
- दशपर्णी १० लीटर प्रति २०० लीटर पाणी मिसळून फवारा.
- बटर पेपरने डाळिंबाची फळे झाका.
- प्रत्येकी एक लीटर नीमतेल व गोमूत्र प्रति १०० लीटर पाणी मिसळून फवारा.

■ हुमणी (White Grub / Root Grub)

ओळख

या किडीला उन्नी असेदेखील म्हणतात. हिचे शास्त्रीय नाव Holotrichia serrata आहे. ही कीड कोलेओप्टेरा कुटुंबातील आहे.

हुमणी किडीची अळी डाळिंब झाडांची मुळे खाते. या किडीचा जीवनक्रम चार अवस्थेत पूर्ण होत असतो : अंडी, अळी, कोष व भुंगेरे.

मे-जूनचा पाऊस पडल्यानंतर जमिनीतील सुप्तावस्थेतील भुंगेरे रात्रीच्या वेळी शेतातील बाभूळ, बोर आणि कडुलिंब यांच्या झाडावरील कोवळ्या फुटींवर उपजीविका करतात.

या वेळी मादी भुंगेरा अगोदर जमिनीतून बाहेर येतो. यानंतर नर भुंगेरा बाहेर येतो. झाडांवरील पाने खाताना मादी व नर भुंगेऱ्यांचे मीलन होते. मीलनाची वेळ फक्त पाच ते दहा मिनिटांची असते.

सूर्योदयापूर्वी ही कीड परत जमिनीत जाऊन बसते. अशा प्रकारे भुंगेरे रोज रात्री फक्त मीलनासाठी झाडावर एकत्र येतात व पानांवर उपजीविका करतात.

जीवनक्रम

मीलनानंतर मादी भुंगेरा जमिनीत १५ सेंमी खोलीवर अंडी घालतो. एक मादी साधारणत: ५० ते ६० अंडी घालते.

अंड्यांचा आकार लांबट गोल असून लांबी ३.६५ मिमी व रुंदी २.१२५ मिमी असते. त्यांचा रंग पांढरा असतो.

अंड्यातील जिवाची वाढ होत असताना अंड्यांचा पांढरा रंग बदलून तांबडा होतो. अंडी १२ दिवसांनी उबतात, त्यातून अळी बाहेर पडते. या अळीलाच हुमणी म्हणतात.

सुरुवातीला अळी जमिनीतील सेंद्रिय पदार्थांवर उपजीविका करते. त्यानंतर पिकांच्या मुळांवर जगते.

सुरुवातीला सहा ते आठ महिन्यांत अळी तीन ते पाच सेंमी लांब, पांढऱ्या रंगाची असते. या कालावधीत अळी दोन आठवड्यांच्या अंतराने दोन वेळा कात टाकते.

दुसरी अवस्था पाच आठवड्यांची, तर शेवटची अवस्था २० आठवड्यांची असते.

यानंतर अळी प्रौढ अवस्थेत प्रवेश करते. या वेळी हुमणीचा आकार अर्धगोलाकार असून, रंग भुरकट पांढरा व पोटाचा शेवटचा भाग चकचकीत काळा तर डोळ्यांचा रंग तांबूस असतो. जबडा व पाय दणकट असतात.

पूर्ण वाढ झालेली हुमणी १५ सेंमी खोल जमिनीत जाऊन स्वत:भोवती कोष तयार करते. हुमणीने स्वत:भोवती तयार केलेला कोष सुरुवातीला मऊ व पुसट पिवळसर रंगाचा असतो. कालांतराने तो टणक व तांबूस रंगाचा होतो. कोष ३.५ सेंमी लांब व १.७५ सेंमी रुंद असतो.

हुमणीची कोषावस्था तीन आठवड्यांची असते. त्यानंतर कोषातून भुंगेरा बाहेर येऊन काही काळ जमिनीत पडून राहतो.

पावसाळ्याच्या सुरुवातीला भुंगेरे जमिनीतून बाहेर येतात. कोषातून बाहेर आलेला भुंगेरा पिवळसर पांढुरक्या रंगाचा असून, पंखांचा रंग पुसट तपकिरी असतो.

काही काळानंतर भुंगेऱ्याची लांबी दोन ते तीन सेंमी आणि रुंदी एक सेंमीपर्यंत होते. त्यांचे शरीर व पंख दणकट असतात. मात्र, वरचे पंख जाड-टणक असल्यामुळे ते लांब उडण्यास अडथळा निर्माण करतात.

मादी भुंगेरा नरापेक्षा आकाराने मोठा असतो. या किडीची एक वर्षात एक पिढी पूर्ण होते.

व्यवस्थापन

- भुंगेरा ही एकच कमकुवत अवस्था असल्यामुळे या किडीचा नाश करता येतो.

वळवाचा पाऊस पडल्यावर कडुलिंब, बाभूळ, बोर या झाडांवर उपजीविका करते वेळी व मीलनासाठी गोळा होण्याच्या वेळी भुंगेऱ्यांचा नाश करणे सोपे जाते. या वेळी रात्री ८-९ वाजता बांबूच्या काठीने झाडांवरील भुंगेरे फांद्या हलवून जमिनीवर पाडा. नंतर रॉकिलमिश्रित पाण्यात टाकून नाश करा.

- पीक काढणीनंतर खोल नांगरट करत, हुमणीच्या अळ्या गोळा करून नष्ट करा.
- एक ते दोन प्रकाश सापळे प्रति हेक्टर लावा.
- शेतात वाहते पाणी दिल्यास जमिनीतील अळ्या मरतात.
- बॅसिलस पोपोली ही हुमणीची शत्रू आहे. सीपीपीमध्ये बॅसिलस आहे. त्याचे द्रावण चार किलो प्रति ०.४ हेक्टर डाळिंबाच्या बुडाला टाका.
- मेटारायझियम ॲनीसोप्ली हे बुरशीजन्य जैविक कीडनाशक २० किलो प्रति हेक्टर चांगले कुजलेल्या शेणखतात मिसळून बुडाला द्या.
- दोन लीटर मेटारायझियम, दोन किलो गूळ, एक किलो डाळीचे पीठ, पाच लीटर गोमूत्र २०० लीटर पाण्यात मिसळून तीन-चार दिवस सडवून झाडांना ड्रेंचिंग करा.
- नंतर मेटारायझियम ४० ग्रॅम प्रति लीटर पाण्यात मिसळून झाडांवर फवारा.
- ड्रेंचिंगसाठी आलटूनपालटून ३० लीटर गोमूत्र, एक किलो हळद व ७० लीटर पाणी यांचे द्रावण व बिव्हेरिया आणि मेटारायझियम मिश्रणाचे ड्रेंचिंग / फवारणी करा.
- एक किलो वेखंड सहा लीटर पाण्यात उकळून तीन लीटर करा. त्यात ५०० ग्रॅम हिंग मिसळा. हे सर्व २०० लीटर पाण्यात मिसळून शेतात शिंपडा.

- एक किलो रुईच्या ओल्या कांडक्या सहा लीटर पाण्यात उकळून त्यांचा अर्क पुरेसे पाणी घेऊन जमिनीवर शिंपडा.
- अडीच किलो वेखंड दोन लीटर पाण्यात उकळून दीड लीटर करा. त्यात २०० लीटर पाणी मिसळून जमिनीवर फवारा.
- झाडांना नुसती शेणस्लरी दिली तरी हुमणी वाढते. जीवामृतमधील ताजे शेण जमिनीत अर्धवट कुजलेले असते. उन्हाळ्यात जीवामृत वापरू नये. त्याने हुमणी वाढण्याची शक्यता असते.

■ वाळवी (Termites)

ओळख

या किडीमुळे डाळिंब पिकाचे नुकसान होते. पावसाळ्याच्या प्रारंभी दमट, उबदार वातावरणात वाळवींचे राजा-राणी रात्रीच्या वेळी चकाकणाऱ्या दिव्याभोवती घिरट्या घालतात. थोड्याच वेळात त्यांचे पंख गळून या जोड्या जुळून नर-मादीचे मीलन होते.

प्रतिकूल वातावरणात राजा-राणी मातीचे वारूळ तयार करून नवीन वसाहत स्थापन करतात. त्यात अतिशय जलद गतीने अंडी घालतात.

एका राणीच्या गर्भाशयात ४८,००० पर्यंत अंडी असतात. राणी बरीच वर्षे जगून अंडी टाकत राहते.

सुरुवातीला राणी व राजा पिल्लांचे पालनपोषण करतात. पहिल्या सर्व पिल्लांचे रूपांतर कामकरी वाळवीत होऊन त्या वारूळातील सर्व कामे करतात.

राणी वाळवीची लांबी १० सेंमी असते. अंड्यांची निपज करताना वाळवीची मादी कायम एका ठिकाणी राहते.

राणीची देखभाल कामकरी वाळवी करतात.

वाळवी झाडांची साल, कागद, प्राण्यांनी अर्धवट पचवून टाकलेल्या पदार्थातील सेल्युलोजवर जगते.

वाळवी शक्यतो संपूर्णपणे कुजलेल्या, मृत लाकडी पदार्थांवर जगते. क्वचित ती कोवळी साल कुरतडते.

वास्तविक वाळवी ही मित्रकीड जास्त आहे. वारूळाची माती, बिळे सूक्ष्म विषाणूंनी समृद्ध असतात. त्यांचा उपयोग बियाणे संस्कार व जीवामृत यामध्ये केला जातो.

व्यवस्थापन

- डाळिंब झाडांना आधार देणाऱ्या काठ्या डांबरात बुडवून मगच रोवा. काठीला वाळवी लागणार नाही.
- खोडाला वर्षातून दोन वेळा बायोडायनामिक वृक्षलेप चोपडा.
- निंबोळी अर्क पाच टक्के झाडांवर फवारा.
- व्हर्टिसिलीयम दोन ते चार ग्रॅम प्रति लीटर, निरमा एक टक्का द्रावणाच्या दोन ते तीन फवारण्या दहा दिवसांच्या अंतराने करा.
- दोन लीटर मेटारायझियम, दोन किलो मूग, एक किलो डाळीचे पीठ, गोमूत्र पाच लीटर हे सर्व २०० लीटर पाण्यात मिसळून ड्रेंचिंग करा.
- एक किलो रुईच्या ओल्या कांडक्या सहा लीटर पाण्यात उकळून त्यांचा अर्क पुरेसे पाणी घेऊन जमिनीवर शिंपडा.
- एक किलो वेखंड सहा लीटर पाण्यात उकळून तीन लीटर करा. त्यात अर्धा किलो हिंग व २०० लीटर पाणी मिसळून प्रति ०.४ हेक्टर जमिनीवर शिंपडा.

- ### सूत्रकृमी (Root-knot Nematodes)

ओळख

मुळांवर गाठी करणाऱ्या या सूत्रकृमीचे शास्त्रीय नाव Meloidogyne spp. आहे.

यांना राउंड वर्म किंवा थ्रेड वर्म असेही म्हणतात. महाराष्ट्रात सुमारे १० प्रकारच्या सूत्रकृमी डाळिंब पिकास उपद्रवी आहेत. त्यापैकी मुळ्यांवर गाठी करणारा (Root-knot), मूत्रपिंडीय (Renniform) आणि डॅगर (Zipinimak) या तीन सूत्रकृमी महत्त्वाच्या समजल्या जातात.

मुळ्यांवर गाठी करणारा सूत्रकृमी (Root-knot Nematodes)

- हा प्रामुख्याने डाळिंबावर येतो. हे रंगविरहित व लांबट असतात. ते सूक्ष्मदर्शक यंत्रातूनच दिसतात. त्यांची सरासरी लांबी ०.२ ते ०.५ मिमी असते.

- ओलाव्याची जागा त्यांना आवडते. तिथे त्यांची वाढ झपाट्याने होते.

- सूत्रकृमी जमिनीत राहून डाळिंब झाडांच्या मुळांवर उपजीविका करतात.

- त्यांचे तोंड सुईसारखे टोकदार असते. त्यातून ते डाळिंबाच्या मुळातील रस शोषून घेतात.

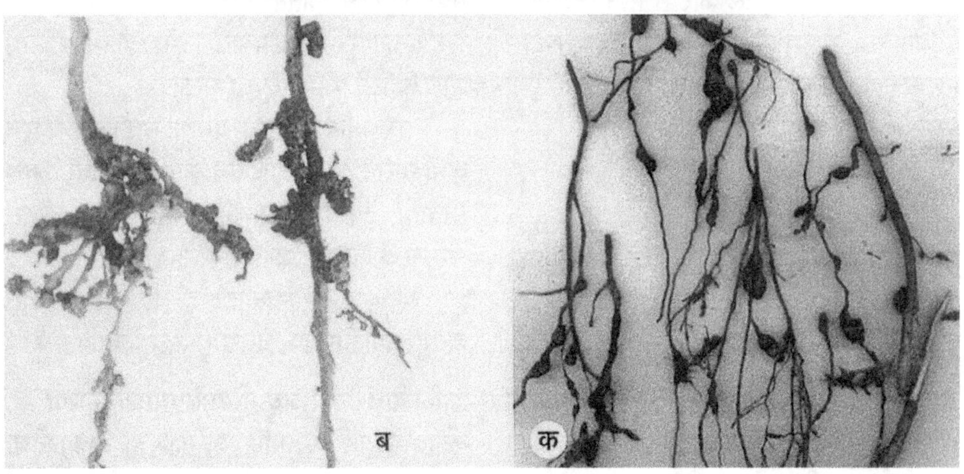

सूत्रकृमी : (अ) झाडांवरील पिवळी, मलूल होऊन वाळलेली व न गळता लटकलेली पाने आणि फळे
(ब – क) सूत्रकृमींच्या प्रादुर्भावाने झाडाच्या तंतुमय मुळांवर धरलेल्या गाठी

त्यामुळे मुळांवर गाठी तयार होऊन मुळांमधून झाडाला होणारा सूक्ष्म अन्नद्रव्यांचा पुरवठा थांबतो. त्याचा झाडांच्या वाढीवर अनिष्ट परिणाम होतो.

- मुळांना झालेल्या इजेतून जिवाणूंचा व बुरशींचा शिरकाव होऊन मर रोगाला व मूळकुजीला कारणीभूत ठरणाऱ्या बुरशी डाळींब झाडात प्रवेश करतात. परिणामी, पाने पिवळी पडून फळांची अकाली गळ होऊन झाडे सुकून मरतात.
- सूत्रकृमी आपल्या मुखाकडील सोंडेसारख्या अवयवाद्वारे मुळाच्या पेशी आवरणाला छिद्र पाडून आत घातक द्रव्ये सोडतात.

मूत्रपिंडीय सूत्रकृमी
(Renniform Nematodes)

ओळख

ही सूत्रकृमी उष्ण व समशीतोष्ण कटिबंधात फार मोठ्या प्रमाणात आढळून येते.

पूर्ण वाढलेली मादी मूत्रपिंडाच्या आकाराची असून ०.३८ ते ०.५२ मिमी लांब असते. तिच्या शरीराचा भाग अर्धगोलाकार असून, आतील पृष्ठभागावर मध्यभागी उंचवटा व शेपटास अणकुचीदार टोक असते. तो धाग्यासारखा लांबट असून ०.३८ ते ०.४३ मिमी लांब असतो.

जीवनक्रम

मुळ्यांच्या बाहेर चिकट पदार्थाच्या वेष्टनात मादी ५५ ते ९० अंडी घालते. ती सहा ते नऊ दिवसांत उबून त्यातून दुसऱ्या अवस्थेतील अळी बाहेर पडते. दुसऱ्या आणि तिसऱ्या अवस्थेतील अळी जमिनीमध्येच राहते. त्यांच्याकडून मुळांना कोणत्याही प्रकारचा उपद्रव होत नाही. परंतु चौथ्या अवस्थेतील अळी मुळांमध्ये शिरून अन्नरस शोषण करते.

अळीच्या दुसऱ्या अवस्थेपासून पूर्ण वाढलेली मादी अथवा नर होण्यास ११ ते १५ दिवस लागतात. या दरम्यान ती तीन वेळा कात टाकते.

पूर्ण वाढलेली मादी सात ते नऊ दिवस जगते, तर नर १६ ते २० दिवस जगतो. संपूर्ण जीवनक्रम २४ ते २९ दिवसांत पूर्ण होतो.

सूत्रकृमींनी रस शोषल्यामुळे पिकाची वाढ खुंटते. पाने पिवळी पडतात. मुळांचा रंग बदलून तपकिरी होतो. पिकाचे उत्पादन लक्षणीय घटते.

डॅगर सूत्रकृमी (Zipinimak Nematodes)

ओळख

हीसुद्धा महत्त्वाची सूत्रकृमी आहे. हिच्या तोंडातील सुईसारखा अवयव भाल्यासारखा लांबट असतो. म्हणून हिला डॅगर सूत्रकृमी म्हणतात. या सूत्रकृमी मुळांच्या बाहेर राहत असल्याने अंडी जमिनीतच घालतात. पहिल्या अवस्थेतील अळी अंड्याबाहेर पडते. ही अळी आणखी तीन वेळा कात टाकत प्रौढ होते. साधारणतः २०° ते २३° सें. तापमान सूत्रकृमीच्या वाढीस पोषक ठरते. या सूत्रकृमीचा जीवनक्रम सात ते नऊ महिन्यांत पूर्ण होतो. मुळ्यांच्या शेंड्यातून अन्नरस शोषल्याने मुळांवर सूज येऊन मुळांची व पर्यायाने झाडाची वाढ खुंटते. झाडे पिवळी पडून हळूहळू मरतात.

सूत्रकृमीच्या नराचे प्रमाण माद्यांपेक्षा फारच कमी असून ते प्रजोत्पादनाचे काम झाल्यावर लगेच मरतात. त्यांचे आयुष्य जमिनीतील ओलावा, उष्णता व पिकांची जात यावर अवलंबून असते.

प्रतिकूल परिस्थितीत अंडी व अळी अवस्थेत हा सूत्रकृमी कित्येक दिवस सुप्तावस्थेत राहतो.

डाळिंबावरील सूत्रकृमी वाढण्याची कारणे

लागवडीच्या कलमांना अगोदरच सूत्रकृमींचा प्रादुर्भाव असणे, सूत्रकृमीयुक्त मातीची कलमे वाढवणे किंवा सूत्रकृमी असलेली माती पिशवीत

भरणे यामुळे सुरुवातीपासूनच सूत्रकृमीचा प्रादुर्भाव झपाट्याने होतो.

डाळिंबाची लागवड केलेल्या जमिनीत मागील पिकांमध्ये– उदाहरणार्थ, भाजीपाला, पपई घेतले असेल व तिथे– सूत्रकृमींचा शिरकाव झालेला असेल तर ती वाढत जाते.

डाळिंब लागवडीसाठी जमीन नांगरून उन्हाळ्यात रिकामी ठेवली नसेल तर वाढते.

डाळिंबात वांगी, भेंडी, मिरची, टोमॅटो, दुधी भोपळा, दोडका, वाल, घेवडा, कारली, चवळी, मूग, हरभरा, वाटाणा, पपई ही आंतरपिके घेतली असतील तर सूत्रकृमी समस्या वाढते.

शेतात कायम ओलावा राहत असल्यास सूत्रकृमी वाढतात.

सूत्रकृमी व त्यांच्या परिणामांची माहिती नसल्यास त्याचा प्रादुर्भाव झाला आहे हेच समजत नाही. कारण ते डोळ्यांना व इतर कीटकाप्रमाणे दिसत नाहीत. मुळ्यांवर असतात.

सुरुवातीपासून प्रतिबंधात्मक उपाय न केल्यास त्याचा प्रादुर्भाव हळूहळू वाढतच जातो.

व्यवस्थापन

- डाळिंब लागवड करण्यापूर्वी जमिनीत मागील दोन-तीन हंगामात किंवा एक-दोन वर्षे भाजीपाला, कडधान्ये, पपई घेतलेली नसावी.
- लागवडीपूर्वी जमिनीची दोन-तीन वेळा खोल नांगरट करा. उन्हाळ्यात जमीन तापू द्या. त्यामुळे सूत्रकृमीच्या सर्वच अवस्थांचा नाश होतो.
- सूत्रकृमीयुक्त निरोगी रोपे, पिशवीतील माती, योग्य निगेची नर्सरी असेल तेथूनच घ्या.
- बागेत तण वाढू देऊ नये. बाग स्वच्छ ठेवा, म्हणजेच आंतरमशागतीची कामे करा.
- लागवडीपूर्वी या जमिनीत ज्वारी, बाजरी, मका, गहू अशी पिके घ्या.

- डाळिंबात गहू, बाजरी, ज्वारी, मका, झेंडू ही पिके आंतरपीक म्हणून घ्या.
- जमिनीत शेणखत, गांडूळखत, कुजलेला पालापाचोळा, कंपोस्ट खत टाका. शक्य असल्यास हिरवळीचे खत, ताग, धैंचा, गिरिपुष्प इत्यादी जमिनीत गाडा.
- सूत्रकृमींचे प्रमाण शेतात कमी असेल तेव्हाच प्रभावी नियंत्रण होऊ शकते. एकदा समस्या वाढली की त्याचे प्रमाण, प्रादुर्भाव वाढला की नियंत्रण करणे खूपच खर्चिक व अवघड होते.
- दर वर्षी बहार घेताना रोगग्रस्त झाडे मुळांसह उपटून नष्ट करा.
- डाळिंबास सेंद्रिय खते देताना प्रत्येक झाडास दोन ते तीन किलो निंबोळी पेंड किंवा किमान प्रत्येकी एक किलो निंबोळी पेंड - करंज पेंड - एंडी पेंड अशी अखाद्य पेंडी प्रति झाड द्यावी.
- एक ट्रॉली शेणखतात प्रत्येकी दोन लीटर ट्रायकोडर्मा - पेसिलोमायसिस - सुडोमोनस एकत्र कालवून ठेवा. नंतर डाळिंब लागवडीपूर्वी खड्ड्यात भरले तर सूत्रकृमी येत नाहीत.
- सूत्रकृमींच्या नियंत्रणासाठी मुळांच्या कक्षेतील जागा काही काळ कोरडी ठेवून जैविक औषधे - ट्रायकोडर्मा प्लस १० किलो प्रति हेक्टर, १००० लीटर पाण्यात मिसळून प्रत्येक झाडाच्या बुडाला सम प्रमाणात ओता.
- सॉईल सोलारायझेशन केल्याने जमिनीच्या आठ इंच खोलीपर्यंत असलेले सूत्रकृमी मरतात.
- डाळिंबाला पाच ते दहा किलो निंबोळी पेंड प्रति झाड दिल्याने ती सूत्रकृमींसाठी दूरसारक किंवा डिसकरेज करण्याचे काम करते. ती वाढत नाही. (दोन टन प्रति हेक्टर)
- डाळिंबाच्या झाडाभोवती वर्तुळाकार झेंडूची झाडे लावा. झेंडूचे शास्त्रीय नाव Tagetes erecta असून त्याच्या

मुळ्यातून अँटागोनिस्टिक फायटोकेमिकल - अल्फाटेर्थिनील रसायन स्त्रवते. त्यामुळे सूत्रकृमी मरतात.

- झेंडूचे आंतरपीक घ्या.
- झेंडूपासून तयार केलेल्या बायोडायनामिक तरल खताचे ड्रेंचिंग करा.
- उन्हाळ्यात दीड महिने प्लास्टिक मल्चिंग केल्याने सोलरायझेशन होऊन सूत्रकृमी मरतात.
- डाळिंबाच्या खोडाला वर्षातून दोन वेळा बायोडायनामिक वृक्षलेप लावा.
- सूत्रकृमीग्रस्त झाडांच्या शेजारच्या दोन्ही बाजूच्या ओळीतील झाडांना ट्रायकोडर्मा व पेसिलोमायसिस प्रत्येकी दोन लीटर पाण्यात मिसळून ड्रेंचिंग करा. नंतर दर महिन्याला दोन किलो शेणखत प्रति झाड जमिनीत खोडाजवळ मिसळून द्या व झाडाची ताकद वाढवा.
- सुडोमोनस १०० ग्रॅम व लिंबोळी पेंड यांचा लगदा करून प्रति चौरस मीटर जमिनीखाली मातीत मिसळा.
- वर्षातून दोन वेळेस जून-जुलै व डिसेंबर-जानेवारी महिन्यात ट्रायकोडर्मा २० ग्रॅम व पेसिलोमायसिस २० ग्रॅमचे द्रावण प्रति झाड ड्रेंचिंग करा.

■ वायर वर्म (Root Feeding Worm)

ओळख

या किडीला डाळिंबावरील तारकीड किंवा सूतकीड किंवा रूट फिडींग वर्म किंवा क्लिक बिटल्स असेही म्हणतात. तिचे शास्त्रीय नाव Tenebrio monitor आहे.

ही कीड जमिनीत खोलवर वास्तव्य करते. जमिनीत शेणखत व काडीकचरा टाकल्यावर तो कुजताना कर्बवायू तयार होतो. या कर्बवायूच्या आकर्षणाने खोलवर असलेले वायर वर्म जमिनीच्या वरच्या थरात येतात.

किडीचे प्रौढ जरी पिकास हानिकारक नसले तरी त्यांची उपस्थिती ही शेतात वायर वर्मची समस्या वाढेल हे दर्शवण्यास पुरेशी ठरते.

प्रौढ हे काळसर रंगाचे असतात. अळी अवस्था एक ते सहा वर्षांची असू शकते. त्यानंतर प्रौढ तयार होतात.

अंडी जमिनीत दिली जातात. अळी पिकांच्या मुळांवर तसेच खोडांवर जगते.

डाळिंबाशिवाय ही कीड बटाटे, आले, गहू, मका या पिकांवर जगते. ही कीड जमिनीत इतर ठिकाणांहून अन्न मिळाले तर कदाचित पिकांवर येणार नाही.

हे मात्र नक्की, की कीड जमिनीत तीन फूट खोलीपर्यंत जाऊन तेथे केवळ ह्यूमसवर जगू शकते आणि जेव्हा-जेव्हा पिकाच्या मुळातून किंवा कुजणाऱ्या पदार्थांतून कर्बवायूचा गंध येईल तेव्हा पिकांवर हल्ला करेल.

जीवनक्रम

अंडी जमिनीत असतात. चार ते अठरा दिवसांनी त्यातून अळ्या बाहेर पडतात. अळी अवस्था सहा ते नऊ महिने असून ती नऊ ते बारा वेळा कात टाकते.

प्रौढ भुंगा दोन ते तीन महिने जगतो. हे भुंगे बंदुकीच्या गोळीसारखे दिसतात. पाठीवर टाकले तरी पुन्हा सरळ होतात.

वायर वर्मची अळी व प्रौढ भुंगा जमिनीत सुप्तावस्थेत जातात. एका पिढीला एक ते सहा वर्षे लागू शकतात. अळी अर्धा इंच लांब, करड्या ते काळ्या रंगाची असते.

वायर वर्मला थंड जमीन आवडते. जमिनीवरील तापमान वाढले की ते खोल-खोल जमिनीत जातात.

याची कोषावस्था जमिनीत असते. पावसाळ्यात त्यातून प्रौढ भुंगेरे बाहेर पडतात.

कोषावस्था जमिनीत पाच वर्षे असू शकते. प्रौढ भुंगा १०० ते २०० अंडी जमिनीत घालतो.

यांचे नियंत्रण केले नाही तर ते शेत वायर वर्मचे ब्रिडिंग स्टेशन होऊन तिथून तो भोवतालच्या शेतात पसरतो.

व्यवस्थापन

- शेतात वायर वर्म आहे की नाही, हे जाणून घेण्यासाठी शेतात लागवडीपूर्वीची मशागत करण्याआधी एक ते दीड कप गव्हाचे पीठ घ्या. त्यात दोन चमचे मध आणि थोडे पाणी टाकून मळा. त्याचे मध्यम आकाराचे गोळे तयार करा. यातून कर्बवायू तयार होतो. ते शेतात कमीत कमी २० ठिकाणी चार ते आठ इंच खोलीवर टाका. जमिनीत वायर वर्म असतील तर ते वर येतील.
- जमीन सहा ते आठ इंच खोलवर नांगरा. त्यामुळे वायर वर्मला अंडी टाकता येत नाहीत.
- बटाटे अर्धे-अर्धे कापा. त्यावर काडी टोचून ते जमिनीत एक इंच खोल पुरा. एक-दोन दिवसांनी काडीने बटाटे वर ओढून घ्या. त्यात आकर्षित (ट्रॅप) झालेल्या वायर वर्मच्या अळ्या दिसतील. त्या नष्ट करा.
- पिकांची योग्य फेरपालट करा.
- काँग्रेस गवताचा अर्क काढून त्याचे ड्रेंचिंग करा. पायरेश्रीन द्रव्यामुळे वायर वर्म मरतील.
- वायर वर्मच्या विविध प्रजाती विविध पिकांवर येतात. ही एक जागतिक समस्या बनली आहे. विविध भूमिगत पिकांवर हल्ला करून ती पिकांची प्रत बिघडवते. दुर्दैवाने यावर प्रभावी नियंत्रणाचे उपाय अजून तरी सापडले नाहीत.

पुढील काही उपाय करता येतील :

- एक किलो तंबाखू पाच लीटर पाण्यात उकळून १५० मिली अर्क प्रति १५ लीटर पाण्यात मिसळून त्याचे ड्रेंचिंग करा.

- अर्धा किलो चुना, दोन-तीन चमचे हळद पावडर, १० ग्रॅम मीठ, २०० मिली गोमूत्र प्रति १० लीटर पाण्यात मिसळून त्याचे ड्रेंचिंग करा.
- मेटारायझियम पाच मिली प्रति लीटर, पाच टक्के लिंबोळी अर्क @ दोन लीटर प्रति झाड ड्रेंचिंग करा.

पाच लीटर बोर्डो मिश्रणाचे ड्रेंचिंग प्रति झाड पुढीलप्रमाणे करा :

- बाधित व भोवतालच्या डाळिंबांच्या झाडांना एक किलो चुना, एक किलो मोरचूद १०० लीटर पाण्यात मिसळून तयार द्रावण बाधित झाडांना पाच लीटर प्रति झाड व भोवतालच्या झाडांना तीन लीटर प्रति झाड द्या.
- शेळी लेंडीखत एक ते तीन किलो प्रति झाड, लिंबोळी पेंड १०० ग्रॅम प्रति झाड द्या.
- ट्रायकोडर्माची फवारणी व ड्रेंचिंग @ ७५ मिली प्रति १५ लीटर पाण्यातून करा.

■ खवले कीड (Scales)

या किडीला देवीकीडही म्हणतात. याच्या पुढील प्रमुख चार प्रजाती आहेत :

१. **पाने खाणारी खवले कीड (Citrocola Scale) :** ही करड्या रंगाची असून तिच्या एक ते पिढ्या होतात.

२. **फांदी, खोड व फळे खाणारी खवले कीड (Black Scale) :** तिच्या एक-दोन पिढ्या होतात.

३. **फळे खाणारी खवले कीड (Brown Soft Scale, Yellow or Dark Brown Scales) :** हिच्या अनेक पिढ्या होतात.

४. **फळे खाणारी खवले कीड (European Fruit Lacanium) :** ही चमकदार करड्या रंगाची असून हिच्या दोन पिढ्या होतात.

ओळख

या किडीचा प्रादुर्भाव क्वचितच आढळून येतो. या किडी झाडाच्या पानांवरील कोवळ्या भागातील रस शोषतात.

खवले कीड काळसर रंगाची व तपकिरी रंगाची लंबगोलाकार - फुगीर स्वरूपातील असून ती विशेषत: शेंड्यांवर, फांद्यांवर, खोडांवर व काही वेळा फळांवर स्थिर होऊन पेशीद्रव्य शोषतात. कीड बाजूला केल्यावर त्या ठिकाणी व्रण दिसतो. कारण जिथे सूर्यप्रकाश पोहोचू शकत नाही तिथे फळांचा रंग जातो. असे एक-दोन डागांचे फळ असेल तर तर त्याला चांगला भाव मिळत नाही.

कीड रस शोषताना तिथे चिकटपणा येतो. त्यावर काळ्या बुरशीची वाढ होते. ज्या भागात अवर्षण असते, दीर्घ काळ पाऊस पडत नाही, तिथे या किडी मोठ्या प्रमाणात वाढतात.

दुर्लक्षित बागेवर खवले कीड प्रामुख्याने दिसते. नोव्हेंबर महिन्याच्या तिसऱ्या आठवड्यापासून या किडीचा प्रादुर्भाव सुरू होऊन तो मार्चपर्यंत राहतो.

जीवनक्रम

काही प्रजाती १००० ते २००० अंडी दोन महिन्यांत फांदीवर किंवा फळांवर घालू शकतात. खवले किडीच्या एक-दोन पिढ्या असतात. मे-जूनमध्ये आवरणाखाली अंडी घालतात. जुलै-ऑगस्टमध्ये त्याची वाढ वेगाने होते. एका फळावरून दुसऱ्या फळावर, एका फांदीवरून दुसऱ्या फांदीवर स्थलांतर करू शकतात. अंडी एक आठवड्यात उबतात. दोन वेळेस कात टाकतात. आवरणामुळे त्यांचे नियंत्रण अवघड होते.

व्यवस्थापन

- मावाप्रमाणे व्यवस्थापन पद्धती अवलंबा.
- लिंबोळी तेल तीन मिली प्रति लीटर पाण्यातून फवारा.
- आल्मिका आंतरप्रवाही औषध फवारा. त्यात प्रत्येकी २५० ग्रॅम लसूण - कांदे - मोहरी - आले (कुटून), प्रत्येकी १०० ग्रॅम हळद पावडर - मिरची तीन लीटर गोमूत्रात भिजवा. नंतर त्यात २५० ग्रॅम खादी साबण चुरा मिसळून सकाळी फवारा.
- प्रादुर्भाव जास्त असेल तर प्रत्येकी एक किलो आले - कांदे, प्रत्येकी अर्धा किलो लसूण - मिरची - काळे मिरे, १०० ग्रॅम हळद, गोमूत्र ६० लीटर हे सर्व १०० लीटर पाण्यात मिसळून सकाळी फवारा.
- रॉकिलच्या किंवा स्पिरीटच्या बोळ्याने फळांवरील खवले कीड खरवडून काढा.
- मोठ्या झाडांवर क्रायसोपा कार्नियाच्या पाच ते दहा अळ्या प्रति झाड सोडा.

खवले किडीचा झाडावर झालेला प्रादुर्भाव

डाळिंबावरील प्रमुख रोग व त्यांचे व्यवस्थापन

प्रमुख रोग

१. पानांवर चट्टा (Cercospora Leaf Spot)
२. अल्टरनेरिया (Alternaria)
३. फळांवरील डाग (Fruit Scab)
४. करपा (Anthracnose)
५. मर - झाडकूज (Fusarium Wilt)
६. फोमॉप्सीस मर (Phomopsis Wilt)
७. ड्रेचस्लेरा रोग (Drechslera)
८. व्हर्टिसिलीयम मर (Verticillium Wilt)
९. रोप मर (Pythium Wilt)
१०. रायझोक्टोनिया - खोड कूज व मूळ कूज (Collar Rot and Root Rot)
११. पानांवरील ठिपका रोग (Septoria Leaf Spot)
१२. पर्णवक्रता (Leaf Mould)
१३. भुरी (Powdery Mildew)
१४. फळांवरील चट्टा रोग (Back Eye Rot - Phytophthora Sp.)
१५. स्टेमफिलीयम पानांवर रोग (Stemphylium Leaf Blight)
१६. ॲस्परजिलस कूज (Fruit Rot)
१७. पेनिसिलीयम फळकूज (Fruit Rot)
१८. बॅक्टेरियल ब्लाईट - तेल्या रोग (Xanthomonas Sp.)

महाराष्ट्रात डाळिंबावर एक प्रकारचा जिवाणूजन्य रोग व ४२ प्रकारचे बुरशीजन्य रोग आढळतात.

■ पानांवर चट्टा

(Cercospora Leaf Spot)

डाळिंबावरील या बुरशीजन्य रोगाला सर्कोस्पोरा रोग असे म्हणतात. त्याचे शास्त्रीय नाव Cercospora futigena / Cercospora punicae आहे.

ओळख

- हा रोग सर्कोस्पोरा पुनीकी या बुरशीमुळे होतो. पानांवर सुरुवातीला लालसर तांबड्या रंगाचे लहान असंख्य ठिपके दिसतात. कालांतराने ठिपक्यांचा आकार व संख्या वाढत जाते. परंतु ते एकमेकांत मिसळत नाहीत.
- फळांवरील ठिपके वेडेवाकडे व काळसर रंगाचे असतात. ठिपके असणाऱ्या भागावर

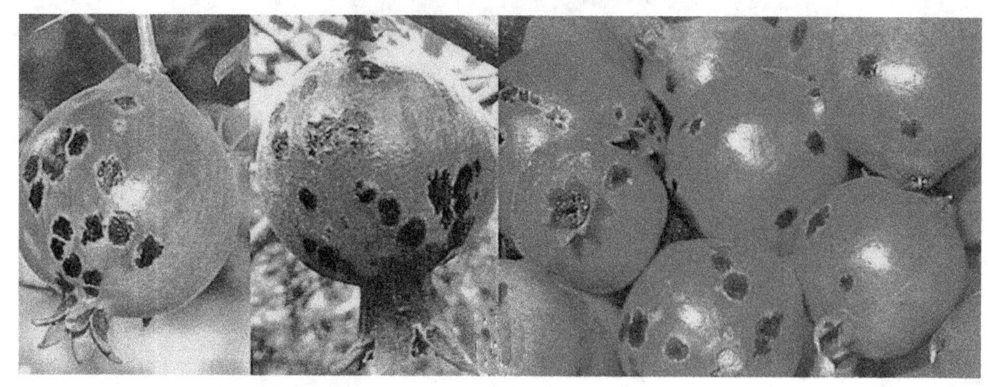

सर्कोस्पोरा बुरशीमुळे पानांवर पडलेले चट्टे

सर्कोस्पोरा रोग व तेल्या रोग यांच्या लक्षणातील फरक

घटक	सर्कोस्पोरा रोगाची लक्षणे	तेल्या रोगाची लक्षणे
पान	असंख्य (५०) वेडेवाकडे करड्या रंगाचे ठिपके असून ते आकाराने लहान असतात.	ठिपके गडद करड्या किंवा काळ्या रंगाचे, काही गोल, काही वेडेवाकडे, परंतु मोजकेच असतात.
फळ	गडद काळे ठिपके, वेगवेगळ्या आकाराचे, एकमेकांत न मिसळणारे, फळ न तडकलेले व चिकटपणा नसलेले डाग; डाग खोलगट नसतात.	करड्या काळ्या रंगाचे ठिपके, न तडकलेले आणि काही ठिपके एकमेकांत मिसळलेले, मोठ्या ठिपक्यात रूपांतर झालेले असतात. फळांवर चिकटपणा असतो. डाग खोलगट असतात.
हवामान	हा रोग उबदार हवामानात तसेच उन्हाळ्यात उद्भवतो. या काळात त्याची तीव्रता वाढते.	हा रोग पावसाळ्याच्या सुरुवातीला असलेले उष्ण व आर्द्रतायुक्त हवामान असताना येतो. असे हवामान त्यांना पोषक असते.
संसर्ग	तेल्याप्रमाणे हा रोग संसर्गजन्य नाही. प्रसाराच्या ठरावीक मर्यादा आहेत.	हा रोग स्पर्श, कात्री, हवा, पाणी, वारा इत्यादी मार्गाने अति जलद पसरतो.

तडे पडत नाहीत किंवा फळे तडकतही नाहीत. फळांवरसुद्धा ठिपके एकमेकांत मिसळत नाहीत. त्यावर चिकटपणाही नसतो. प्रत्येक ठिपका स्वतंत्रपणे ओळखता येतो.

- लहान डाग मोठे होऊन काळा चट्टा पडतो, त्या ठिकाणी फळ आतून कुजते.

- फळांवरील हे ठिपके तेल्या म्हणजेच बॅक्टेरियल ब्लाईट रोगाच्या ठिपक्यांसारखे दिसत असले तरी ते गर्द रंगाचे असून त्यावर भेगा पडत नाहीत.

- सर्कोस्पोराची बुरशी फळांवर, पानांवर, झाडांच्या अवशेषांवर व प्रादुर्भावग्रस्त

फळांवर सुप्तावस्थेत राहते व हवेने दूरपर्यंत जाते.

- झाडांवरील काटे, पक्षी, किडे यामुळे फळांना जखम झाली तर त्यातून बुरशी आत शिरते.
- पानगळ ते फळधारणेच्या कालावधीपर्यंत या रोगाचा प्रादुर्भाव जास्त असतो.

व्यवस्थापन

- डाळिंबाच्या झाडांवरील फळांभोवती असणारे काटे काढून टाका म्हणजे वाऱ्याने फळ हललले तरी त्यांना जखमा होणार नाहीत.
- प्रादुर्भावग्रस्त, खाली पडलेली फळे गोळा करून नष्ट करा.
- सीमित ओलीत करून जमिनीत कायम वाफसा ठेवण्याची काळजी घ्या.
- पावसाचे पाणी डाळिंबाच्या प्लॉटमधून ताबडतोब बाहेर वाहून जाण्याची सोय करा.
- जमिनीवर सतत आच्छादन करा.
- लागवडीच्या वेळी खड्ड्यात ट्रायकोडर्मा व पेसिलोमायसिस प्रत्येकी १० ग्रॅम, नीम केक एक किलो व कुजलेले शेणखत दोन किलो प्रति खड्डा भरा.
- खोडांवर नीम मलम किंवा बायोडायनामिक वृक्षलेप लावा.
- २०० लीटर जीवामृतच्या दोन फवारण्या १० दिवसांच्या अंतराने करा.
- दोन झाडांमध्ये झेंडू लावा.
- दर सहा महिन्यांनी जून-जुलै व डिसेंबर-जानेवारी महिन्यात ट्रायकोडर्मा - पेसिलोमायसिस प्रत्येकी २० ग्रॅम व कंपोस्ट बुडाला मिसळा.
- सुडोमोनस ६० मिली प्रति १५ लीटर पाणी आणि २५० ग्रॅम गूळ यांचे द्रावण सायंकाळी फवारा.

■ **अल्टरनेरिया (Alternaria)**

या रोगाला पूर्व करपा किंवा अर्ली ब्लाईट असेही म्हणतात. हा रोग प्रामुख्याने Alternaria alternata किंवा Alternaria solanii या बुरशीमुळे होतो.

ओळख

या रोगामुळे पानांवर लहान, फिकट किंवा गर्द तपकिरी रंगांचे किंवा काळपट तपकिरी रंगांचे, वेडेवाकडे, खोलगट ठिपके पडतात.

पुढे हे ठिपके चक्राकार व गर्द तपकिरी वा काळपट तपकिरी रंगांचे होतात. नंतर पाने पिवळी होऊन वाळून गळून पडतात.

या बुरशीमुळे फळांची आतून कूज होते. या रोगाचा आंबिया बहारात (फेब्रुवारी ते जून) कमी प्रमाणात; तर मृग बहारात (जून ते ऑक्टोबर) जास्त प्रादुर्भाव होतो. हस्त बहारात मध्यम प्रादुर्भाव असतो.

हवेत जास्त तापमान व आर्द्रता व पाण्याचा ताण पडला तर या रोगाचा प्रादुर्भाव वाढतो.

जास्त पाऊस, ८० टक्के आर्द्रता, २२° ते २३° सें. तापमान रोग वाढीस पोषक आहे.

व्यवस्थापन

- फळांच्या तोडणीनंतर बागेत खाली पडलेली बुरशीजन्य फळे गोळा करून नष्ट करा. तसे न केल्यास फळांवरील बुरशी तशीच राहून पुन्हा पोषक वातावरण मिळाल्याने रोगाचा प्रसार होतो.
- डाळिंबाला फुले येण्यास सुरुवात झाल्यावर रोगाला पोषक वातावरण असेल तर प्रतिबंध फवारे चालू करा.
- फळांवर व पानांवर ठिपके पाडणारी बुरशी ही बऱ्याच कालावधीपर्यंत झाडाच्या अवशेषांवर, मातीमध्ये आणि प्रादुर्भावग्रस्त फळांवर सुप्तावस्थेत राहते.

पानांवरील व फळावरील बुरशीजन्य ठिपके : (अ) अल्टरनेरिया ठिपके (ब) अल्टरनेरिया करपा

- बुरशीचे बीजाणू हवेमार्फत दूरपर्यंत पसरले जाऊ शकतात. त्यासाठी बॉर्डर पिके असावीत.
- झाडांवरील काटे, किडे, पक्षी यामुळे फळावर झालेल्या जखमांद्वारे या बुरशीची लागण होते. त्यासाठी काळजी घ्या. फळांभोवती असलेले काटे काढा. हवेने ते फळाला घासणार नाहीत. पेपर बॅगने पक्व फळे झाका. पक्षी, किडे यांचा बंदोबस्त करा.
- पावसाळ्यात आंतरप्रवाही बुरशीनाशके काम करत नाहीत. नोव्हेंबर ते मे या कालावधीत आंतरप्रवाही बुरशीनाशके अध्र्या प्रमाणात घेतली तर परिणाम साधला जातो. शक्यतो या कालावधीत बुरशीनाशकाची गरज नसते.
- बोर्डो मिश्रण फवारा.
- ट्रायकोडर्मा व व्हर्टिसिलियम प्रत्येकी ५० मिली प्रति १५ लीटर पाण्यात फवारा.
- जमिनीत सतत वाफसा ठेवा व १० टक्के जीवामृत झाडांवर फवारा.

■ फळांवरील डाग (Fruit Scab)

याचे शास्त्रीय नाव Sphaceloma punicae आहे.

ओळख

या बुरशीमुळे फळांवर किंचित उंचावलेले ठिपके दिसतात. ते तपकिरी रंगाचे असून त्यामुळे फळांच्या सालीस लालसर तपकिरी व भगव्या रंगाची झाक येते.

हे डाग कालांतराने मोठे होऊन संपूर्ण फळावर पसरतात. त्यामुळे फळे विकृत, गंजल्यासारखी दिसतात.

झाडांच्या रोगग्रस्त अवशेषात या रोगाच्या बुरशी सुप्तावस्थेत राहतात व हवेमार्फत या रोगाचा प्रसार होतो.

या रोगाच्या वाढीसाठी जास्त पाऊस, हवेत ८० टक्के आर्द्रता, २२-२३° सें. तापमान पोषक असते. संततधार असेल तर तो झपाट्याने वाढतो.

झाडांवरील काटे, किडे, पक्षी यामुळे डाळिंब फळांवर झालेल्या जखमेतून बुरशीची लागण होते.

पानगळ ते फळधारणा या काळात ही बुरशी वाढते.

व्यवस्थापन

- अल्टरनेरिया व्यवस्थापनाप्रमाणे काळजी घ्या.

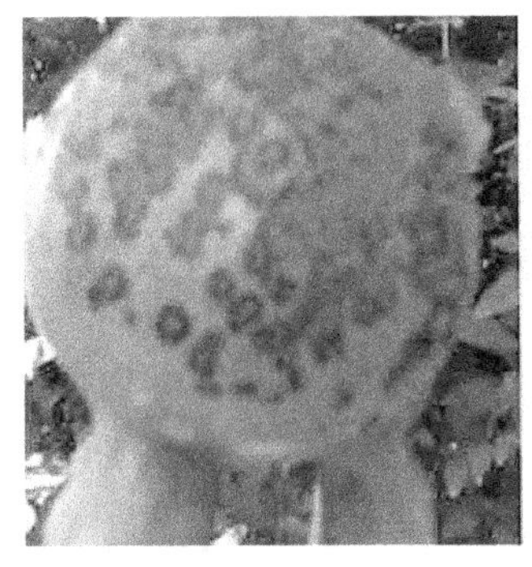

स्कॅब : फळांच्या पृष्ठभागावर खडबडीत, उंचवटलेले तपकिरी रंगाचे ठिपके आढळतात. फळांच्या सालीस लालसर तपकिरी व भगव्या रंगाची झाक येते.

■ करपा (Anthracnose)

या बुरशीजन्य रोगास फळकूज असेही म्हणतात. हा रोग Colletotrichum gloeosporioides या बुरशीमुळे होतो.

ओळख

डाळिंबाच्या पानांवर जांभळसर काळे किंवा काळसर रंगाचे डाग दिसतात. डागाभोवतीचा भाग पिवळा पडतो. डाग मोठे होऊन पान व्यापतात त्यामुळे पानगळ होते.

पानांची कर्बग्रहण क्षमता कमी होऊन झाडांच्या वाढीवर प्रतिकूल परिणाम होतो.

फळांवरही टणक, विविध आकाराचे गोलाकार, खोलगट, करडे, लाल, गर्द तांबूस ते काळपट डाग पडतात.

बागेला अति पाणी दिले किंवा सतत ढगाळ हवामान राहिले तर डाग संपूर्ण फळावर पसरून फळांची वाढ पूर्ण न होताच ती गळतात.

या रोगाचा प्रादुर्भाव सुरुवातीला फळांच्या पाकळीवर, पुष्पकोषाजवळ किंवा बाजूने रंग फिका पडून होतो. तो भाग लालसर करडा होऊन वाळतो. सुरुवात पाकळीच्या टोकाकडून किंवा फळांच्या कडांकडून होते. तो भाग शुष्क होतो. लागण झाल्यानंतर आठ ते दहा दिवसांनी अध्यार्‍याहून अधिक फळ कुजलेले दिसते.

बुरशीची लागण देठाच्या बाजूला किंवा देठाच्या विरुद्ध बाजूने होते. त्यानंतर फळांची आतून कूज होऊन फळगळही होते.

पाऊस व दमट हवामानात हा रोग वाढतो.

डाळिंबावरील फळकूज होण्यास कारणीभूत होणाऱ्या बुरशीचा प्रादुर्भाव किंवा प्रवेश पुष्पकोषातून होतो. त्यात फायटोप्थोरा, कोलेटोट्रिकम, फोमॉप्सीस, ॲस्परजिलस, पेनिसिलीयम, रायझोपस यांचा समावेश आहे.

फळकूज करणारी ही बुरशी बऱ्याच कालावधीपर्यंत झाडांच्या अवशेषांवर, मातीमध्ये आणि प्रादुर्भावग्रस्त फळांवर सुप्तावस्थेत राहते.

बुरशीचे बीजाणू हवेमार्फत दूरपर्यंत पसरले जाऊ शकतात. झाडांवरील काटे, कीड आणि पक्षी यांमुळे झालेल्या जखमेद्वारे बुरशीची लागण होते.

पानगळ ते फळधारणा या कालावधीमध्ये यांचा जास्तीत जास्त प्रादुर्भाव होतो.

प्रामुख्याने पावसाळी वातावरण, ८० टक्के आर्द्रता, २२° ते ३२° सें. तापमान जे मृग बहारात असते, त्या वेळी या बुरशीची वाढ झपाट्याने होते.

या रोगाची तीव्रता आंबिया बहारात (फेब्रुवारी ते जून) कमी, मृग बहारात (जून ते ऑक्टोबर) जास्त व हस्त बहारात (ऑक्टोबर ते फेब्रुवारी) मध्यम असते.

करपा बुरशीमुळे पडलेले फळांवरील डाग

या रोगामुळे कधी-कधी फळांची साल कडक होते. अशा रोगट सालीच्या बुरशीमुळे फळ आतूनही काळे पडते.

व्यवस्थापन

- सर्कोस्पोरा रोगाच्या व्यवस्थापनाप्रमाणे उपाय करा.
- सुडोमोनस ६० मिली प्रति १५ लीटर पाणी फवारा.
- १०० ग्रॅम बाभळीचा कोवळा पाला दोन लीटर पाण्यात उकळा. मिश्रण निम्मे झाल्यावर थंड करून २०० लीटर पाण्यात मिसळून फवारा.

■ मर – झाडकूज (Fusarium Wilt)

हा रोग डाळिंबावर सर्वप्रथम १९८४मध्ये आढळला. या रोगासाठी कारणीभूत असणारे रोग व कीड पुढीलप्रमाणे :

Fusarium oxysporum, Phizoctonia, Solani, Ceratocystis fimbtiata, Xyleborus forhicates, Xyleborus perforans, Phytophthora Meloidogyne incognita स्वतंत्रपणे किंवा संयुक्त प्रादुर्भावाने मर रोग होतो. हा रोग महाराष्ट्र, कर्नाटक, आंध्र प्रदेश, हिमाचल प्रदेश येथे आढळतो.

ओळख

डाळिंबाच्या बागेत एखाद्या भागातील फांद्यांवरील संपूर्ण पाने पिवळी होणे, लटकणे वा वाळणे ही मर रोगाची सुरुवातीच्या अवस्थेतील बाह्य लक्षणे होत. लागण झालेल्या फांदीवर फळे असल्यास तीसुद्धा वाळून जातात. परंतु ती न गळता तशीच लटकलेल्या अवस्थेत राहतात.

कालांतराने काही महिन्यांत झाड संपूर्णपणे वाळते. लागण झालेल्या झाडाचे खोड उभे चिरल्यास खोडाच्या गाभ्याचा रंग गर्द निळसर काळा झालेला आढळतो. झाडाची पाने वाळून गळतात. तसेच टोकाकडून वाळतात व हळूहळू संपूर्ण झाड वाळते.

रोगाच्या प्रादुर्भावाने संपूर्ण झाडच मरण पावत असल्याने इतर रोगांच्या तुलनेने हा रोग फारच नुकसानकारक आहे.

या रोगाचा प्रादुर्भाव झालेल्या झाडांच्या चोहो बाजूंची झाडेसुद्धा हळूहळू रोगग्रस्त होतात. बऱ्याच ठिकाणी संपूर्ण ओळीमधील झाडे मरतात.

हिवाळ्यात व उन्हाळ्याच्या सुरुवातीच्या काळात या रोगाचे प्रमाण वाढलेले आढळते.

डाळिंब हे पीक भारी जमिनीतसुद्धा घेतले जाते. झाडाच्या बुंध्याला माती लावण्याची प्रथा आहे. त्यामुळे झाडाच्या बुंध्याजवळ सतत ओलावा राहून झाडाची साल कुजते व झाड मरते.

मर रोगाचा प्रादुर्भाव फ्यूजॅरियम व रायझोक्टोनिया बुरशीमुळे होतो. ही बुरशी मुळावाटे व त्यावरील जखमेवाटे झाडात प्रवेश करते. मुळांना जखमा प्रामुख्याने सूत्रकृमी, खोडकिडा, शॉट होल बोअररमुळे होतात.

प्रादुर्भाव झाल्यानंतर अन्न व पाणी वाहून नेणाऱ्या झायलेम या उतीमध्ये या बुरशीची वाढ होते. त्यामुळे झाडांचा अन्नपाणी पुरवठा बंद होतो. संपूर्ण अन्ननलिका तांबूस काळपट होते.

मर रोगासाठी कारणीभूत असणाऱ्या बुरशीपासून होणारी लक्षणे
(अ) सुरुवातीस मर रोगामुळे पिवळी झालेली पाने (ब - क) रोगग्रस्त झाडाच्या कोमेजलेल्या फांद्या व त्यावर वाळलेली फळे तशीच लटकलेली राहतात.
(ड) सेरॅटोसिसटीस बुरशीमुळे एकाच रांगेतील ग्रस्त झालेली झाडे

मरग्रस्त लाकडात मर बुरशी अनेक वर्षे जिवंत राहते.

रोगग्रस्त रोपवाटिका, पिशवीतील माती ही प्रायमरी इन्फेक्शनची कारणे आहेत. सेकंडरी इन्फेक्शननंतरचा रोगप्रसार छाटणी केलेला भाग, कात्र्या, हवा, पाणी या द्वारे रोग पसरतो.

डाळिंबाच्या मुळ्यांना उंदीर, खारूताई, सूत्रकृमी, खोडकिडा यांनी केलेल्या जखमेतून मर रोगाचा शिरकाव झाडात होतो.

या रोगाची वाढ १८° ते ३०° सें. तापमानात, थोड्याफार पावसामध्येही मोठ्या प्रमाणात होते.

रोग नेमका कशामुळे झाला, हे कसे ओळखावे ?

डाळिंबाचे मरग्रस्त खोड उभे चिरावे. खोडाच्या मध्यभागाचा रंग तपकिरी करडा किंवा काळपट असल्यास सेराटोसिस्टीम फॉब्रियाटा, फक्त झायलम उतीचा रंग काळपट असल्यास फ्युजेरियम, टाचणीची अनेक छिद्रे खोडांवर आढळल्यास शॉट होल बोअरर, तंतुमुळांवर गाठी दिसल्यास सूत्रकृमीमुळे मर रोग झाला आहे, हे ओळखून त्यानुसार उपाययोजना करावी.

प्रादुर्भावाची कारणे

* या रोगाच्या प्रादुर्भावास अनेक जैविक व अजैविक घटक कारणीभूत असल्याचे आढळते.

* जैविक घटकांमध्ये मुख्यत्वे सेरेटोसिस्टीस फॅब्रियाटा या बुरशीच्या प्रादुर्भावाने मर झाल्याचे आढळले.

* मॅक्रोफोमिना व फ्युजॅरियम याद्वारे मुख्यत्वे मूळकूज होऊन झाडांच्या तंतुमुळांचा नाश होतो.

* मरग्रस्त झाडांच्या मुळांवर ऑक्झिस्पोरियम, रायझोक्टोनिया सोलेनी या बुरशींचासुद्धा प्रादुर्भाव झालेला आढळला.

मर रोगास कारणीभूत असलेली इतर कारणे

१. अयोग्य जमिनीत डाळिंबाची लागवड

डाळिंब पिकाकरिता हलक्या, मध्यम; परंतु पाण्याचा ताबडतोब निचरा होणाऱ्या जमिनी योग्य असतात. बऱ्याच ठिकाणी भारी जमिनीत लागवड केली जाते. अशा जमिनीत पाण्याचा योग्य निचरा होत नसल्याने ओलावा कायम व दीर्घ काळ टिकून राहतो. ही परिस्थिती खोडकूज व मूळकूज रोगांचा प्रादुर्भाव व वाढ होण्यास साहाय्यक ठरते.

२. लागवडीचे अंतर

झाडांची लागवड फार कमी अंतरावर केली असता झाडे दाटतात, हवा खेळती राहत नाही. सर्वच भाग पाणीपुरवठ्यामुळे ओला राहतो. याद्वारे रोगाच्या वाढीस पोषक वातावरण निर्मिती होऊन त्यास झाडे बळी पडतात.

३. पाणी व्यवस्थापन

पाणी उपलब्ध असल्यास पाण्याचा अतिरिक्त वापर करण्याकडे शेतकऱ्याचा कल असतो. यात झाडाच्या आवश्यकतेचा विचार करण्यात येत नाही. बऱ्याच वेळा लोड शेडिंगची वेळ लक्षात घेऊन पाणी जास्त सोडण्यात येते. सिंचनाकरिता वापरावयाचे ड्रिपर्स खोडाला चिकटून ठेवलेले असतात. नळी कुरतडलेली असेल तर भरपूर पाणी एकाच ठिकाणी पडते. त्यामुळे खोडाच्या सालींवर पाणी साचून रोगाचा प्रादुर्भाव होतो. याकरिता लॅटरलची नळी खोडापासून किमान दीड ते दोन फूट दूर ठेवावी. नळीचे लिकेज दुरुस्त करावे.

४. किडींचा प्रादुर्भाव

खोडकिडा, शॉट होल बोअरर हे मर रोगाशी निगडित असल्याचे आढळते. या किड्यांच्या पोखरण्याने खोडांना लहान-लहान छिद्रे पडतात. या छिद्रात भुंग्याची मादी आपल्या पिल्लांच्या वाढीसाठी मोनॅकोस्पोरियम ॲम्ब्रोसियम या प्रकारची बुरशी आणून ठेवते. तिथे या बुरशीची वाढ होते. खोड व जमिनीलगतच्या मुळांवर पडलेल्या छिद्रांमध्ये फ्युजॅरियम व रायझोक्टोनिया बुरशींचासुद्धा प्रादुर्भाव होतो. त्यायोगे मुळांची साल कुजून झाडे मरतात.

५. रोगांचा प्रादुर्भाव

डाळिंब झाडांच्या बुंध्यांवर मातीचा भराव घालण्याची प्रथा आहे. त्यामुळे झाडांच्या बुंध्याजवळ सतत ओलावा राहून झाडाची साल कुजते व रायझोक्टोनिया बुरशीचा प्रादुर्भाव होतो. या बुरशीमुळे जमिनीलगतची खोडाची साल सडून संपूर्णतः वाळते व आतील भाग उघडा पडतो. रोगाची तीव्रता वाढल्यास ही लक्षणे मुळांवरसुद्धा खोलपर्यंत जाऊन मुळे कुजतात. फ्युजॅरियम बुरशी मुळांवाटे व त्यावरील जखमांमधून झाडात प्रवेश करते व अन्न-पाणी वाहून नेणाऱ्या झायलम उतीमध्ये वाढीस लागते. त्यामुळे झाडाचा अन्नपुरवठा बंद होतो. संपूर्ण अन्ननलिका तांबूस काळपट होते. झाडाची पाने पिवळी होऊन वाळून गळतात. टोकाकडून फांद्या वाळतात. नंतर संपूर्ण झाड वाळते.

६. इतर कारणे

अयोग्य डाळिंब रोपे, अशास्त्रीय मशागत, वेळीच तण - खोडकिडा नियंत्रण न करणे, पाण्याचा अति किंवा अतिशय कमी वापर, अयोग्य आंतरपिके, बहार धरताना पाण्याचा ताण अति प्रमाणात देणे, झाडांवर प्रत्येक बहाराची फळे राखणे, सेंद्रिय खतांचा अपुरा पुरवठा, मुख्य अन्नद्रव्यांचा असंतुलित वापर, दुय्यम व सूक्ष्म अन्नद्रव्यांचा असंतुलित वापर, रोगग्रस्त झाडांची अयोग्य देखभाल, पीक संरक्षण, विल्हेवाट, मूळकूज व पायकूज यांचे अयोग्य निदान व व्यवस्थापन, सूत्रकृमी, खोडकिडा, पीन होल बोअरर किडींचा प्रादुर्भाव, जमिनीत मुक्त चुन्याचे १० टक्क्यांपेक्षा जास्त प्रमाण इत्यादी.

व्यवस्थापन

- डाळिंब नर्सरीची जमीन उन्हाळ्यात २५-७५ μm चे पॉलीथीलीन एलएल डीपीईने सहा आठवडे झाकून सोलारायझेशन करून निर्जंतुक करा.
- लागवडीसाठी सँडी लोम, योग्य निचरा असणारी, मुक्त चुना १० टक्क्यांपेक्षा कमी असणारी जमीन निवडा.
- जमिनीचे योग्य नियोजन करा. भारी व पाणी धरून ठेवणाऱ्या जमिनीमध्ये मर रोगाचे प्रमाण जागोजागी वाढते. अशा जमिनीमध्ये लागवड असेल तर चर खोदा. बागेतून निचरा होण्यासाठी उपाययोजना करणे आवश्यक, उंच बेडवर लागवड करणे योग्य. तसेच खड्डा भरताना निचरा होणारी माती किंवा मुरूम वापरा. पाण्याचे काटेकोर नियोजन करा. कायम वाफसा ठेवा.
- डाळिंब लागवडीपूर्वी शेणखतातील बुरशींचा नायनाट करण्यासाठी एक ट्रॉली शेणखतात प्रत्येकी दोन लीटर ट्रायकोडर्मा - पेसिलोमायसिस - सुडोमोनस या जैविक बुरशींनी शेणखतावर आठ दिवस प्रक्रिया करूनच खड्ड्यात भरा. निंबोळी, एरंडी, करंज, मोह, तंबाखू पेंडीचा वापर करा.
- रोप लावताना पुढील मिश्रण खड्ड्यात भरा : चांगले कुजलेले शेणखत १० किलो, गांडूळ खत एक किलो, बियाची नीमपेंड अर्धा किलो, ट्रायकोडर्मा - पीएसबी - सुडोमोनस - ॲझोटोबॅक्टर - ॲझोस्पिरीलीयम प्रत्येकी २५ ग्रॅम प्रति खड्डा भरा.
- दोन झाडांच्या मध्ये असलेल्या मोकळ्या जागेत किंवा प्रत्येक झाडाभोवती आफ्रिकन झेंडूची (ट्रगेटस इरेक्टा) लागवड करा.
- झेंडूची झाडे चार ते पाच महिने तशीच राहू दिली तर ज्या सूत्रकृमींमुळे मर रोग होतो, त्यांचे नियंत्रण चांगले होते.
- योग्य अंतरावर डाळिंब झाडांची लागवड करा. ४.५ × ३.० मीटर योग्य अंतर आहे.
- मर रोग येऊ नये म्हणून प्रतिबंधक उपाय योजा. त्यासाठी रोगमुक्त रोपे निवडा. काही रोगग्रस्त झाडे दिसली तर लगेच तोडून त्याच जागी खड्डा खोदून जाळून टाका.
- बागेत मरग्रस्त झाड आढळल्यास, प्रादुर्भावीत व निरोगी झाडांमध्ये तीन ते चार फूट लांब चर खोदा.
- अंशत: प्रादुर्भाव झालेल्या झाडांवर फवारणी करा. वाळलेले झाड जाळून नष्ट करा.
- या रोगाचा प्रादुर्भाव आंबे बहारात (फेब्रुवारी ते जून) कमी, मृग बहारात (जून ते ऑक्टोबर) जास्त व हस्त बहारात (ऑक्टोबर ते फेब्रुवारी) मध्यम स्वरूपात असतो.
- झाडांची छाटणी करताना पावसाळा किंवा उन्हाळा सुरू होण्यापूर्वी करू नये. कारण हा किडीचाही सक्षम कालावधी असतो. किडी या काळात छाटलेल्या भागांमधून निघणाऱ्या

वनस्पती पेशीरसाकडे आकर्षिल्या जाऊन बुरशीच्या प्रसारास कारणीभूत ठरतात.

- खोडकिडा, शॉट होल बोअरर व सूत्रकृमी यांचा उपद्रव थांबवण्यासाठी खोडांवर गेरू किंवा बायोडायनामिक वृक्षलेप लावा. सूत्रकृमींसाठी पेसिलोमायसिस दोन लीटर प्रति ०.४ हेक्टर ड्रेंचिंग करा.

- ट्रायकोडर्मा, पेसिलोमायसिस, व्हर्टिसिलीयम प्रत्येकी पाच ग्रॅम प्रति लीटर फवारा.

- छाटणीची अवजारे, कात्री इत्यादी सोडिअम हायपोक्लोराईड द्रावणात बुडवूनच वापरा.

- डाळिंब झाडाच्या ३० टक्केपेक्षा जास्त कॅनॉपीवर मर रोगाची लक्षणे दिसत असली तर झाडावर औषधोपचार न करता झाड उपटून जाळून नष्ट करा.

- ट्रायकोडर्मा व सुडोमोनस ही जैविक औषधे ड्रिपमधून झाडांना द्या.

- ट्रायकोडर्मा व्हिरिडी २५ ग्रॅम प्रति पाच किलो शेणखतात मिसळून झाडाखाली मातीत मिसळून द्या.

- निर्मटोडच्या किंवा सूत्रकृमींच्या व्यवस्थापनासाठी बायोडायनामिक तरल खत पुढीलप्रमाणे तयार करून ड्रेंचिंग करा : झेंडूच्या मुळ्या एक किलो, झेंडूची पाने - फुले प्रत्येकी अर्धा किलो, कडुनिंबाची पाने - सीताफळ पाने - हिरवे तण प्रत्येकी दोन किलो, गोमूत्र - हळद - पाणी समान भाग यांचे मिश्रण करून बुडाला टाका.

■ फोमॉप्सीस मर (Phomopsis Wilt)

हा बुरशीजन्य रोग फोमा फळसड म्हणूनही ओळखला जातो. तो Phomopsis versiniyana या बुरशीपासून होतो.

फोमॉप्सीस मर

ओळख

या रोगाची लागण मुख्यत्वे पावसाळ्यात होते. मोठ्या फळांच्या देठाजवळ पिवळसर काळ्या रंगाचे ठिपके दिसतात. यामुळे फळांचा चकचकीतपणा निघून जातो. फळ तोडणीनंतर ऑस्परजिलस रायझोपस आणि पेनिसिलीयम या बुरशीद्वारे फळांना कोणत्याही प्रकारची जखम नसतानासुद्धा रोगाची लागण होते.

फळकूज करणारी ही बुरशी बऱ्याच कालावधीपर्यंत झाडाच्या अवशेषांवर, मातीमध्ये आणि प्रादुर्भावग्रस्त फळांवर सुप्तावस्थेत राहते.

बुरशीचे बीजाणू हवेमार्फत दूरपर्यंत पसरले जाऊ शकतात. झाडांवरील काटे, किडे, पक्षी यांमुळे फळांवर झालेल्या जखमांद्वारे या बुरशीची लागण होते.

कोरडी, टणक, गर्द काळपट तपकिरी रंगाची कूज पुष्पकोषापासून सुरू होऊन देठाकडे पसरत जाते. लागण झालेल्या भागांच्या कडा सुस्पष्ट व वेगवेगळ्या असतात.

या बुरशीचा प्रादुर्भाव दमट व पावसाळी वातावरणात मोठ्या प्रमाणावर दिसून येतो. बुरशीची लागण फळांच्या दाण्यांपर्यंत पोहोचून दाणे कुजतात. दाण्यांचा रंग मळकट तपकिरी होऊन ते खाण्यास अयोग्य बनतात.

व्यवस्थापन

- फळांची काढणीपश्चात हाताळणी करताना त्यांना इजा होऊ देऊ नका. कारण अशा जखमांमधूनच फळकूजेसाठी कारणीभूत ठरणाऱ्या बुरशींचा प्रादुर्भाव होत असतो.
- फळांच्या तोडणीनंतर बागेत खाली पडलेली बुरशीजन्य फळे गोळा करून नष्ट करा. तसे न केल्यास फळांवरील बुरशी तशीच राहून पोषक वातावरण मिळताच रोगाचा पुन्हा प्रसार होतो.
- काटे, किडे, पक्षी यामुळे फळांना जखमा होऊन बुरशी आत शिरते. तशा जखमा होऊ देऊ नका.
- रोगास प्रतिकारक जातींची लागवड करा.
- इतर बुरशीजन्य रोगाप्रमाणे व्यवस्थापन करा.

■ ड्रेचलेरा रोग (Drechslera)

हा रोग Drechslera rostrata या बुरशींमुळे होतो.

ओळख

या बुरशीची लक्षणे फक्त फळांवरच दिसतात, पानांवर दिसत नाहीत. फळांवरील ठिपके लहान तांबड्या रंगाचे, उंचवटलेले असतात. त्यांना पिवळसर हिरवी कडा असते.

प्रादुर्भावग्रस्त भाग रखरखीत किंवा खडबडीत होतो. रोगाची तीव्रता वाढल्यावर फळांचा आतील भाग रंगहीन होऊन दाणे तपकिरी रंगाचे होतात.

झाडाच्या रोगग्रस्त अवशेषात या रोगाच्या बुरशी सुप्तावस्थेत राहतात. हवेमार्फत याचा प्रसार होतो.

या बुरशीच्या वाढीसाठी उष्ण व दमट हवामान पोषक असते. साधारणतः २२° ते २३° सें. तापमान, जास्त आर्द्रता व संततधार पाऊस या बुरशीच्या वाढीसाठी अनुकूल असते. रोगट फळ हातात घेतले तर हाताला खडबडीत ठिपके लागतात.

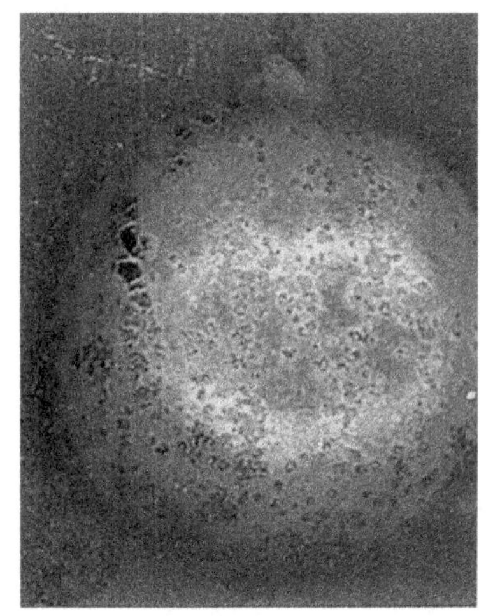

ड्रेचलेरा रोग

व्यवस्थापन

- इतर बुरशीजन्य रोगांच्या व्यवस्थापनाप्रमाणे उपाय योजा.
- सुडोमोनस ६० मिली प्रति १५ लीटर पाणी फवारा.
- बोर्डो मिश्रण फवारा.

■ व्हर्टिसिलीयम मर (Verticillium Wilt)

डाळिंबावरील हा रोग Verticillium elbroetrum या बुरशीमुळे होतो.

ओळख

या रोगाची लक्षणे डाळिंब पिकाच्या सर्व अवस्थेत दिसून येतात. बुरशीचा प्रसार जमिनीवाटे मुळातून होतो व पुढे खोडात पसरतो.

या रोगामुळे झाडे अशक्त होऊन त्यांची वाढ खुंटते. जुनी पाने पिवळी पडायला लागतात. शेवटी पाने गळून झाडे वाळायला लागतात. जमिनीलगतचा खोडाचा भाग काळा पडतो, सडल्यासारखा होतो.

जमिनीत अतिरिक्त ओलावा राहिल्यामुळे, ठिबक सिंचनामुळे पाणी खोडालगत मिळाल्याने व झाडे कमजोर झाल्याने झाड वाळते.

व्यवस्थापन

- झाडापासून दीड ते दोन फूट दूर अंतरावर लेटरलची नळी ठेवावी. सकाळी किंवा सायंकाळी पाणी द्या.
- अतिरिक्त जमिनीवर पाच लीटर जीवामृत प्रति झाड द्या. झाडांवर २० लीटर जीवामृत प्रति ०.४ हेक्टर फवारा.
- अतिरिक्त ओलावा शोषून घेण्यासाठी जमिनीवर सतत आच्छादन ठेवा.
- डाळिंब रोपे लावताना खड्ड्यात ट्रायकोडर्मा द्रावण ओता.
- मर रोगासाठीच्या उपाययोजना या बुरशीलाही लागू आहेत.

■ रोप मर (Pythium Wilt)

ओळख

हा रोग पिथियम बुरशीमुळे होतो. या बुरशीच्या अनेक उपजाती असून सर्वांची लक्षणे एकसारखी दिसतात.

या बुरशीची लागण समशीतोष्ण व उष्ण वातावरणात मोठ्या प्रमाणात होते. बुरशीचा प्रादुर्भाव फुले, फळे या भागांवरही होतो.

डाळिंबाची गुटी मातीत स्थलांतरित करताना किंवा केल्यावर या बुरशीची लागण होते.

या बुरशीचा प्रसार त्या ठिकाणचे तापमान, ओलावा इत्यादींवर अवलंबून असतो. बुरशीमुळे पिशवीतील किंवा वाफ्यातील रोपे पूर्णपणे मरतात. सुरुवातीला रोपांच्या मुळांवर चट्टे दिसतात. रोगाची तीव्रता झाडाच्या कोवळ्या भागांवर अधिक आढळते. रोगग्रस्त झाडांची वाढ खुंटून उत्पादनात घट येते.

ही बुरशी शैवल कवक वर्गातील असून पांढरे, निमुळते, खूप फुटवे असलेले तंतू तयार करते. कवकतंतूला पुढे गोलाकार अंडुकाशय (उगोनियम) आणि रेणुकाशय तयार होऊन त्याच्या टोकावर पुन्हा कवकतंतू तयार होतात.

बुरशीची लागण रोपावस्था ते वाढीच्या अवस्थेत होते. गुटीकलम किंवा फाटे मातीत लावल्यावर बुरशी त्यावर आक्रमण करते. फाट्यांची किंवा गुटीची साल तपकिरी रंगाची होऊन रोप मरते.

बुरशीच्या सर्व अवस्था फाट्यांना मुळे फुटण्यापूर्वी किंवा गुटीच्या मुळांच्या विस्तारापूर्वींच पूर्ण होतात. डाळिंब रोपांच्या अवस्थेत याचा उद्रेक झाल्यास रोपे मलूल दिसतात व वाळतात.

पाणी जास्त झाल्याने झाड दुपारी सुकल्यासारखे, पाणी कमी मिळाल्यासारखे दिसते. रात्री पुन्हा ताजेतवाने होते. कालांतराने झाड पिवळे पडून मरून जाते.

झाडाची तपकिरी साल सहज काढता येते.

व्यवस्थापन

- रोपांना ट्रायकोडर्मा व्हिरिडी, बॅसिलस सबटिलीस (सीपीपी), सुडोमोनस द्रावण द्यावे.

■ रायझोक्टोनिया - खोडकूज व मूळकूज (Collar Rot and Root Rot)

डाळिंबाच्या झाडाच्या जमिनीलगतचे खोड कुजण्याच्या व मुळ्या कुजण्याच्या रोगाला खोडकूज व मूळकूज म्हणतात. हा रोग Rhizoctonia solani या बुरशीमुळे होतो.

ओळख

डाळिंब भारी जमिनीत घेतले, बुडाला माती लावली व बुंध्याजवळ सतत ओलावा असेल तर झाडांची साल कुजते, वाळते.

जमिनीलगतची खोडाची साल संपूर्णतः सुटून आतील भाग उघडा पडतो.

रोगाची तीव्रता वाढल्यास ही लक्षणे मुळ्यांवरसुद्धा खोलपर्यंत जाऊन मुळे कुजतात.

हा रोग आंबे बहारात (फेब्रुवारी ते जून) कमी प्रमाणात, मृग बहारात (जून ते ऑक्टोबर) जास्त व हस्त बहारात (ऑक्टोबर ते फेब्रुवारी) मध्यम असतो.

रायझोक्टोनिया व प्यूजेरियम बुरशीमुळेसुद्धा खोड व मूळ कुजते.

व्यवस्थापन

- झाडांच्या खोडावर बोर्डो पेस्ट (एक किलो चुना, एक किलो मोरचूद, १० लीटर पाणी) लावा.
- वर्षातून दोन वेळा खोडाला बायोडायनामिक वृक्षलेप लावा.
- ट्रायकोडर्मा व्हिरिडी २५ ग्रॅम प्रति पाच किलो कुजलेल्या शेणखतात मिसळून बुडाला द्या.
- ट्रायकोडर्मा व पेसिलोमायसिस प्रत्येकी पाच ग्रॅम प्रति लीटर पाण्यात मिसळून डाळिंबाच्या बुडाला ड्रेंचिंग करा.
- झेंडूपासून बनवलेले बायोडायनामिक तरल खत बुडाला टाका.
- बागेत वेळोवेळी स्वच्छता मोहीम राबवा. कीडग्रस्त खोडांचा भाग काढून नष्ट करा.
- मर रोगाच्या व्यवस्थापनासाठी केलेली शिफारस अवलंबा.

■ पानांवरील ठिपका रोग
(Septoria Leaf Spot)

ओळख

डाळिंब पिकात या रोगाचा प्रादुर्भाव सर्वत्र आढळतो. या रोगाची लागण सेप्टोरिया लायसेपेसीसी बुरशीमुळे होते. त्यामुळे डाळिंबाच्या पानांवर, हिरव्या फळांवर ठिपके पडतात. बुरशीचा प्रादुर्भाव डाळिंब पिकाच्या कोणत्याही अवस्थेत होतो.

डाळिंबाच्या झाडाच्या खालच्या पानांवर हिरवट काळ्या वलयाकृती चट्टे पडतात.

या रोगाची लागण खालच्या जुन्या पानांपासून सुरुवात होऊन वरच्या शेंड्याकडे वाढत जाते. ही बुरशी झाडात ग्लायकोपेट्रिक नावाचे विषारी द्रव्य तयार करते.

बुरशीच्या उद्रेकासाठी दमट, उष्ण वातावरण अनुकूल ठरते. बुरशीचे बीजूक जमिनीत तीन वर्षांपर्यंत सुप्तावस्थेत राहतात.

■ पर्णवक्रता (Leaf Mould)

डाळिंबावरील पर्णवक्रता हा रोग Cledosporium flume बुरशीमुळे होतो.

ओळख

या रोगाच्या प्रसारासाठी २०° ते २५° सें. तापमान व ६० टक्के आर्द्रता उपयुक्त ठरते. रोगाची लक्षणे खोड, फुले व फळे यांवर आढळतात.

या रोगामुळे पानांच्या खालच्या बाजूला अनियमित ठिपके तयार होतात. कच्च्या फळांवर काळे डाग पडतात.

रोगाचा उद्रेक तीव्र असल्यास पानांचा आकार अनियंत्रित होऊन पानगळ होते.

■ भुरी (Powdery Mildew)

ओळख

डाळिंब पिकात या रोगाचा प्रादुर्भाव स्फेरोथिका प्युलिजीनिया या बुरशीमुळे होतो. हा अत्यंत घातक व नुकसान करणारा रोग आहे.

वातावरणात ६० टक्क्यांपेक्षा अधिक आर्द्रता असताना रोगाची लागण लवकर होते. सुरुवातीला रोगाचे पांढरट अथवा काळपट ठिपके तांबूस तपकिरी वलयांसह दिसतात. नंतर ठिपके मोठे होऊन पानांवर पसरतात.

मोठ्या प्रमाणात रोगाची लागण झाल्यास झाड पर्णहीन होते. सर्वसाधारणतः या रोगाचा प्रादुर्भाव हिवाळ्यात आढळतो.

व्यवस्थापन

- दोन किलो पपई पाला १० लीटर पाण्यात मिश्रण निम्मे होईपर्यंत उकळा. थंड झाल्यावर २०० लीटर पाणी मिसळून फवारा.
- २०० ग्रॅम वेखंड पावडर पाच लीटर पाण्यात मिश्रण निम्मे होईपर्यंत उकळा. थंड झाल्यावर २०० लीटर पाणी मिसळून फवारा.
- २५० ग्रॅम ओल्या हळदीचे कंद वाटून पाच लीटर पाण्यात उकळा. थंड झाल्यावर गाळून २०० लीटर पाणी मिसळून फवारा.
- ५०० ग्रॅम ओवा ठेचून त्यात १० लीटर पाणी मिसळा. मिश्रण दोन ते तीन दिवस थंड पाण्यात भिजत ठेवा. नंतर २०० लीटर पाण्यात मिसळून एक एकरवर फवारा.
- ५० ग्रॅम लाकडाची राख, २०० मिली कमी आंबवलेले ताक, दोन लीटर पाण्यात मिसळून दोन ते तीन तास पाण्यात ठेवा. नंतर २०० लीटर पाण्यात मिसळून एक एकरवर फवारा.
- एक किलो ट्रायकोडर्मा भुकटी आणि १०० ग्रॅम कमी आंबवलेले दही १० लीटर पाण्यात रात्रभर भिजत ठेवून सकाळी किंवा सायंकाळी २०० लीटर पाण्यात मिसळून ठेवा. (संध्याकाळी आर्द्रता असताना फवारल्यास अधिक फायदा होतो.)

■ फळांवरील चट्टा रोग

(Back Eye Rot - Phytophthora Sp.)

हा रोग Phytophthora parasitica, Phytophthora nicotianae बुरशींमुळे होतो.

ओळख

डाळिंब फळांवरील हा रोग सर्व ठिकाणी आढळतो. याची सुरुवातीची लक्षणे अमेरिकेत दिसली, त्या वेळी या रोगाचे 'बॅक आय रॉट' असे नाव पडले. बऱ्याच ठिकाणी या रोगाला 'काळा डाग' म्हणण्याची प्रथा आहे. फायटोफ्थोरा बुरशीमुळे हा रोग होतो.

या रोगाचा प्रसार आर्द्रतायुक्त दमट हवामानात, पिकाच्या वेगवेगळ्या अवस्थेत होतो. यात रोपांची सड, मुळांची सड, फळांचा चट्टा आदी चिन्हे दिसून येतात. यामुळे खोडांवर चट्टा पडतो व मुळांवरही डाग पडतात. या रोगामुळे फळांच्या दंडाजवळ हिरवट रंगाचा ठिपका आढळतो. नंतर त्याचा रंग तपकिरी होऊन आकारात वाढ होते.

बऱ्याच वेळा हा ठिपका दबलेला, गोलाकार असतो; तर क्वचित ठिकाणी अनियमित आकाराचा असतो. या बुरशीची लागण फळांवरील किडा, पक्षी, काटे इत्यादी मार्गे झालेल्या जखमेतून अधिक प्रभावीपणे होऊन ठिपक्यांच्या आकारात व लागणीत वेग येतो.

रोगाची तीव्रता कमी निचऱ्यामुळे व नत्राच्या उपलब्धतेमुळे होते. बुरशीचा प्रादुर्भाव झाडाची पाने, फांद्या तसेच फळे यावर पावसाळ्यात जास्त आर्द्रता असताना होतो.

रोगग्रस्त पाने सुकल्यासारखी दिसतात; तर पाने व कोवळ्या फांद्या काळसर होऊन करपल्यासारख्या दिसतात.

फळांवर फिकट तपकिरी रंगाचे मोठे ठिपके दिसून येतात. दमट वातावरणात या ठिपक्यांवर पांढऱ्या रंगाचे बीजाणू वाढलेले दिसतात.

ही बुरशी जमिनीमध्ये क्लॅमायडोस्पोअर व उस्पोअरच्या स्वरूपात सुप्तावस्थेत राहते.

रोगाची वाढ ३०° ते ३२° सें. तापमान व ९० टक्क्यांपेक्षा जास्त सापेक्ष आर्द्रता आणि

फायटोप्थोरा करपा : (अ) रोपांवरील लक्षणे (ब) पानांवरील लक्षणे (क) फळांवरील लक्षणे

थोडा; परंतु वारंवार पडणाऱ्या पावसामध्ये अधिक झपाट्याने होते.

फायटोप्थोरा फ्रूट रॉटमध्ये हलक्या करड्या रंगाचे डाग, जे टणकही नाहीत व मऊही नाहीत, असे पडतात.

सर्वसाधारणपणे जमिनीलगतच्या फळांवर हा वेगाने पसरतो; कारण तेथे आर्द्रता जास्त असते. त्यामुळे बीजाणू झपाट्याने वाढतात.

सहसा कूज पाकळीपासून सुरू होऊन हळूहळू दोन-तीन दिवसांत संपूर्ण फळांवर पसरते. नंतर त्यावर कापसासारखी पांढरी बुरशी हळूहळू वाढते.

हा रोग डाळिंब रोपे, पाने व जास्त प्रमाणात फळांवर आढळतो. दमट वातावरणातील पांढऱ्या रंगाच्या स्पोअर्ससह हलक्या तपकिरी पिंगट रंगाची कूज रोगवाढीनंतर गर्द रंगाची होते.

व्यवस्थापन

- एक किलो चुना प्रति झाड बुडाला देऊन पाणी सोडा.
- पाच ते सहा किलो शेळी लेंडी खत (भिजवून मुरवलेले) प्रति झाड बुडाला देऊन मातीने झाका व आच्छादन करा.
- अखाद्य पेंडीचे मिश्रण @ दोन किलो प्रति झाड द्या.
- ट्रायकोडर्मा - सुडोमोनस - बॅसिलस प्रत्येकी ५० मिली प्रति झाड द्या.
- आंतरमशागतीने मुळ्या हलवू नका.
- अर्धवट कुजलेले शेणखत झाडांना टाकू नका.
- बागेची नियमित स्वच्छता ठेवा.
- पाण्याचा योग्य निचरा हवा.
- सेंद्रिय पदार्थांचे आच्छादन हवे.

■ स्टेमफिलीयम पानांवरील रोग
(Stemphylium Leaf Blight)

ओळख

या रोगाची लागण Stemphylium solani या बुरशीमुळे होते.

पानांच्या दोन्ही बाजूला गर्द तपकिरी रंगाचे ठिपके दिसतात. ठिपक्यांचा आकार पुढे वाढत जाऊन एक ते १० मिमी होतो. नंतर तीन ते चार मिमीपर्यंत वाढतो. ठिपक्यांची संख्या वाढून पाने पिवळी पडतात. कालांतराने गळून पडतात.

रोगाचा प्रसार करण्यामध्ये हवेतील व जमिनीतील जास्त आर्द्रतेची भूमिका असते. त्यासाठी जमिनीत सतत वाफसा हवा.

या रोगाची लागण स्टेमफिलीयम, फ्लोरिडियम व बोट्राडियम बुरशीमुळे होते. बुरशीच्या प्रसारासाठी तापमानापेक्षा आर्द्रता फार महत्त्वाची असते. डाळिंब पिकात आपल्याकडे हा रोग क्वचित आढळतो. परदेशात मात्र याचे प्रमाण जास्त असते.

व्यवस्थापन

- जमिनीत आच्छादन हवे.
- सतत वाफसा हवा.
- रोगाची प्राथमिक लक्षणे दिसताच झाडाखाली जमिनीवर जीवामृत @ पाच लीटर प्रति झाड शिंपडावे. पानांवर @ २० लीटर प्रति २०० लीटर पाण्यात मिसळून प्रति ०.४ हेक्टर फवारावे. एकेक आठवड्याने दोन फवारण्या कराव्यात.

■ ऑस्परजिलस कूज (Fruit Rot)

ओळख

डाळिंबाची फळकूज ऑस्परजिलस बुरशीमुळे होते.
सुरुवातीला फळांवर तपकिरी रंगाचे ठिपके दिसतात. नंतर हे ठिपके आकाराने वाढत जाऊन

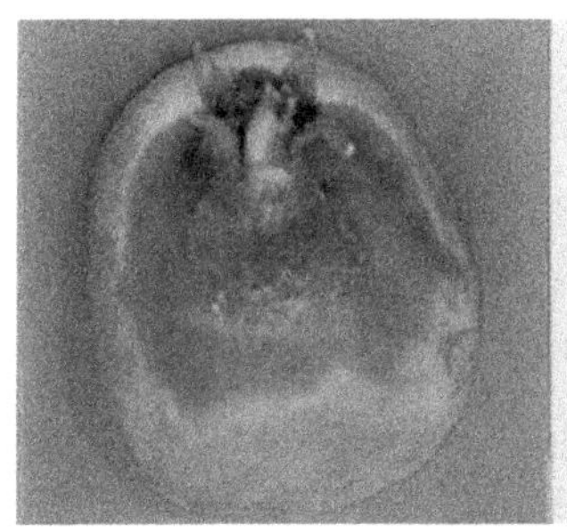  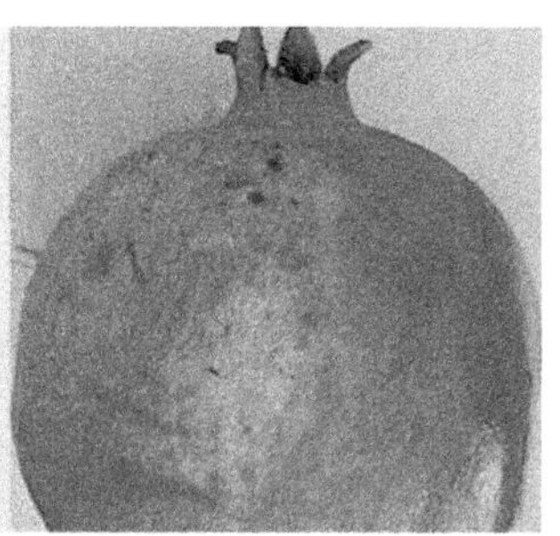

फळकूज : ॲस्परजिलस   फळकूज : पेनिसिलीयम

काळे पडतात. त्यावर काळ्या बुरशीची वाढ दिसून येते.

फळे दबली जातात. त्यांना आंबूस वास येऊन ती कुजण्यास सुरुवात होते. आतील दाणे रंगहीन होतात. फळ आतून कुजलेले दिसते.

डाग पडलेल्या ठिकाणी फळे चपटी झालेली दिसतात. उर्वरित भाग तसाच गोल राहतो.

डाळिंबाच्या काढणीनंतर फळांवर ही बुरशी येते. फळाचा संपूर्ण पृष्ठभाग सडतो. त्यावर काळी बुरशी वाढून काळे पाणी झिरपते.

व्यवस्थापन

- फ्युजॅरियम मर रोगाप्रमाणे करा.

■ पेनिसिलीयम फळकूज (Fruit Rot)

डाळिंबावरील ही फळकूज पेनिसिलीयम फ्रीक्वेन्ट्स या बुरशीमुळे होते.

सुरुवातीला फळाच्या पाकळीवर याचा प्रादुर्भाव होतो. नंतर तो वाढत जाऊन फळांवर पसरतो. आर्द्रता व दमट हवेने याचा जलद प्रसार होतो. फळाला काटे, पक्षी, कात्री, कीड इत्यादींमुळे इजा झाल्यास बुरशी आत शिरते.

फळांच्या तोडणीनंतर हाताळणी करताना झालेल्या जखमांद्वारे या बुरशीचा प्रादुर्भाव वाढतो. प्रादुर्भावामुळे फळाची साल बदामी रंगाची होऊन नरम होते.

लागण झालेल्या फळांवर प्रथम ओलसर चट्टे दिसतात. पुढे ते चट्टे आकाराने वाढत जाऊन पूर्ण फळावर पसरतात. अशा भागांवर या बुरशीची हिरव्या रंगाची वाढ दिसते. त्यामुळे दाणे कुजून खाण्यास अयोग्य बनतात.

व्यवस्थापन

- फ्युजॅरियम मर रोगाप्रमाणे करा.

डाळिंबावरील इतर रोग

- स्करोशियम शेलफसील
- रायझोपस स्टोलोनिकर, रायझोपस अरायझस
- कव्हुलेरिया फळकूज
- कॅलिओफोना लीफ स्पॉट
- बोट्रोडिप्लोडिया फळकूज

■ बॅक्टेरियल ब्लाईट - तेल्या रोग (Xanthomonas Sp.)

डाळिंबावरील बॅक्टेरियल ब्लाईट या रोगाला तेल्या, बिब्ब्या, नोडल ब्लाईट या नावांनीही ओळखले जाते. हा रोग Xanthomonas axonopodis pv punicae या जिवाणूमुळे होतो. भारतात या रोगाचा प्रादुर्भाव प्रथम १९५२मध्ये कर्नाटक, आंध्र प्रदेश आणि राजस्थान या राज्यांतील डाळिंबावर आढळून आला. त्यानंतर १९५९मध्ये सखोल संशोधनाअंती झॅथोमोनस पुनीकी या अणुजीवामुळे हा रोग होत असल्याचे डॉ. हिंगरोनी व सिंग यांनी सिद्ध केले.

रुबी जातीच्या डाळिंबावर सर्वप्रथम या रोगाचा प्रादुर्भाव आढळून आला. महाराष्ट्रात कर्नाटक राज्यातून २०००मध्ये रुबी जातीची तेलकट डाग रोगग्रस्त कलमे आणली गेली. तेव्हापासून या रोगाचा प्रादुर्भाव महाराष्ट्रातील डाळिंबावर सुरू झाला. महाराष्ट्रात २००३मध्ये सोलापूर जिल्ह्यातील चिकमहूद (सांगोला) येथील डाळिंब बागांत सर्वप्रथम तेल्या रोगाचा प्रादुर्भाव आढळून आला. त्यानंतर सोलापूर, सांगली जिल्ह्यातील डाळिंबावर या रोगाचा प्रादुर्भाव झपाट्याने झाला. या पाठोपाठ सध्या संपूर्ण महाराष्ट्रात तो पसरला आहे.

हा जिवाणूजन्य रोग पाने, फुले, फांद्या, खोड व फळे यांवर होतो. त्याची लक्षणे पुढीलप्रमाणे :

१. पानांवरील रोगाची लक्षणे

रोगाची प्रथम सुरुवात ही पानांवर होते. अनुक्रमे कोवळ्या फुटी, फुले व फळे यावर रोग येतो. सुरुवातीला रोगग्रस्त पानांवर लहान आकाराचे लंबगोलाकार ते आकारहीन पानथळ तेलकट डाग येतात. अनुकूल हवामानात हे डाग एकत्र येऊन एक ते दोन सेंमी आकाराचे होतात. ठिपक्यांच्या कडेला पिवळसर वलय दिसते. यावरून हा रोग ओळखणे सोपे जाते. हळूहळू रोगग्रस्त पाने पिवळी पडून मोठ्या प्रमाणावर पानगळ होते.

सुरुवातीला पानांवर अनियमित डाग दिसतात. नंतर हे डाग आकाराने मोठे होऊन करड्या रंगाचे होतात. कालांतराने गर्द तपकिरी किंवा काळपट रंगाचे होतात. परिणामी, पाने पिवळसर किंवा पिवळसर काळपट होऊन पानगळ होते. पानांवर ठिपके कमी प्रमाणात; परंतु आकाराने मोठे असतात. पानांच्या मध्य शिरेला व कडांना लागण झाल्यास शिरा काळसर पडतात. पाने पिवळी आणि नंतर तपकिरी होऊन गळतात.

२. फांद्यांवरील लक्षणे

डाळिंबाच्या खोडांवर काळपट अथवा खोलगट काळे चट्टे पडतात. कालांतराने हे चट्टे फांदीवर गोलसर पसरतात. त्यामुळे फांद्या तडकतात किंवा थोड्याशा वाऱ्याच्या झोकाने मोडतात.

फांद्यांवर मुख्यत: डोळ्याजवळ सुरुवातीस पानथळ करड्या रंगाचे डाग दिसतात. नंतर ते वाढून पसरत काळपट व तेलकट दिसतात. कालांतराने चट्टे असलेला भाग खोलगट होऊन रोगग्रस्त भागात फांद्या तडकून तुटतात. अशा तुटलेल्या फांद्या कालांतराने सुकू लागतात. पानांप्रमाणे कोवळ्या फुटींवर रोगाचे ठिपके साधारणत: फांदीच्या पेऱ्यांवर फुटींच्या बेचक्यात दिसून येतात. ठिपक्यांचे लाल गोलाकार चट्ट्यात रूपांतर होऊन ते गर्द तपकिरी व काळपट रंगाचे व थोडेसे खोलगट होतात. काही वेळेस ठिपक्यांच्या ठिकाणी सालीला तडे जाऊन रोगग्रस्त भागातून पुढील फांदी वाळून जाते.

३. खोडांवरील लक्षणे

खोडांवर सुरुवातीला पानथळ व तेलकट डाग दिसतात. कालांतराने हे डाग तपकिरी होतात. खोडांवर या डागांचे गर्डलींग किंवा खाच तयार होऊन तिथून झाड मोडते.

४. कळ्या व फुले यावरील लक्षणे

कळ्या व फुले यांना रोगाची लागण झाल्यावर बाह्यदल पुंजावर (शेंड्याकडील भागावर) काळसर तेलकट ठिपके दिसतात. कळी व फुले यांचा शेंड्याकडील भाग यावर काळपट ठिपके आढळतात.

५. फळांवरील लक्षणे

सुरुवातीला फळांवर एकदम लहान आकाराचे तेलकट ठिपके दिसतात. कालांतराने ते ठिपके मोठे होऊन काळपट तपकिरी दिसू लागतात व त्यावर भेगा पडतात. प्रादुर्भाव वाढल्यास डाग असलेल्या

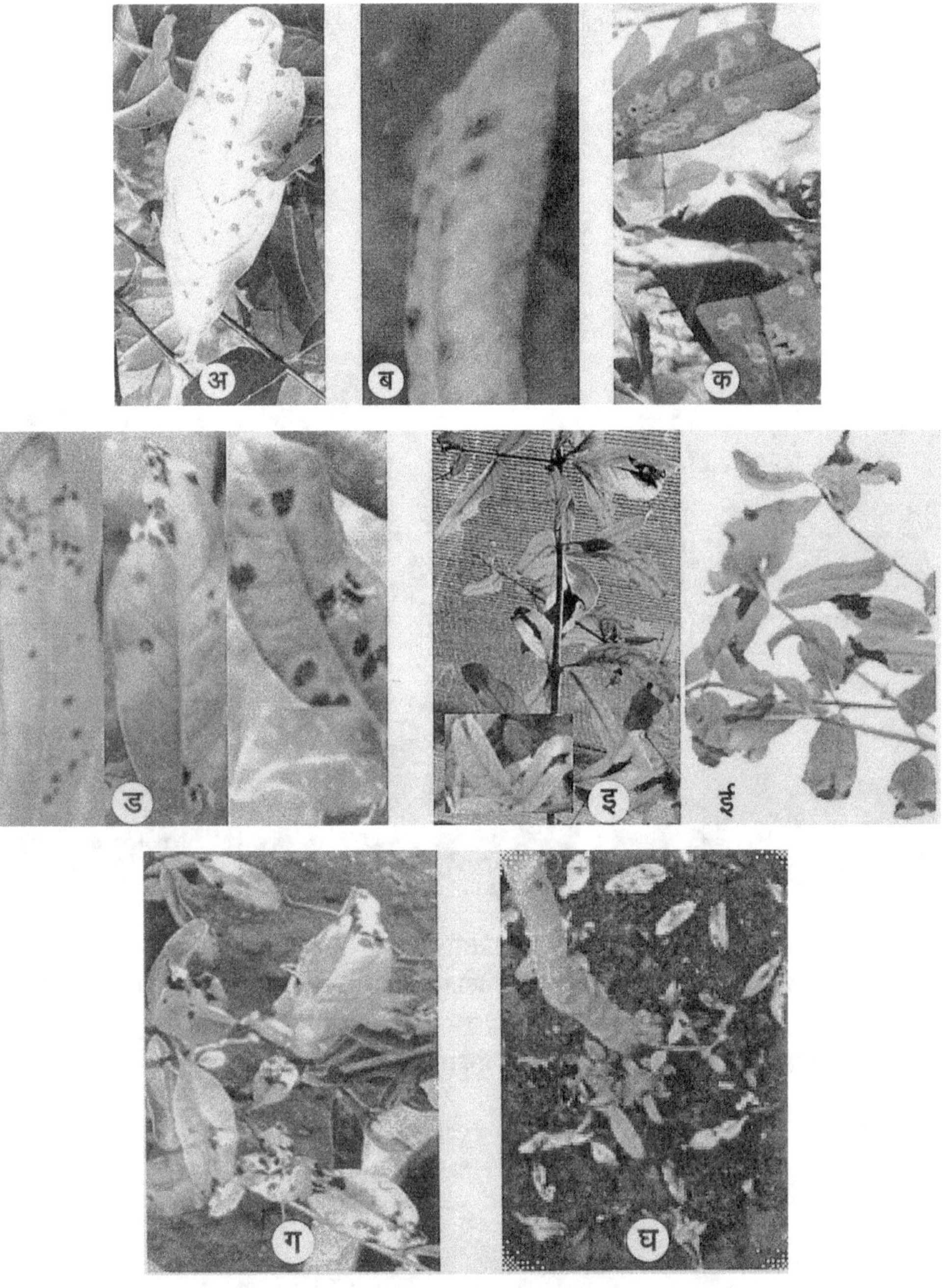

पानांवरील तेल्या रोगाची विविध लक्षणे

(अ) पानाच्या खालील बाजूवरील पाणीदार डाग (ब) पानाच्या वरच्या बाजूवरील पाणीदार डाग
(क) डागांभोवतीचे पाणीदार पिवळसर तेजोवलय (ड) कालांतराने झालेली डागांची पुढील अवस्था
(ग – घ) प्रादुर्भावामुळे वाळलेली व गळून पडलेली पाने

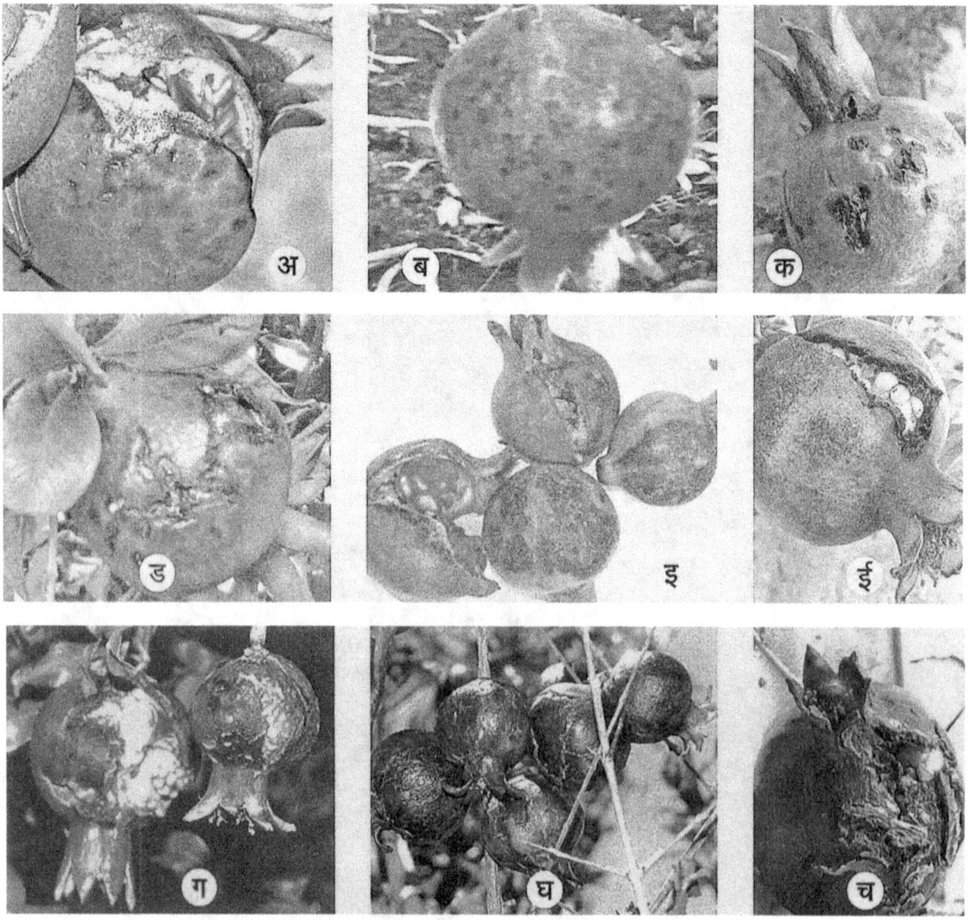

फळांवरील तेल्या रोगाची विविध लक्षणे

(अ) फळांवरील पाणीदार डाग (ब) नुकतेच पडलेले भेगारहित लहान आकाराचे काळपट तपकिरी डाग
(क - ड) भेगा पडलेले क्षतिग्रस्त डाग (इ - ई - ग) क्षतिग्रस्त फळे नंतर तडकतात
(घ) अति प्रादुर्भावग्रस्त फळे (च) जिवाणूंच्या द्रवाचे पांढरे चमकदार थर असलेले फळ

फांद्यांवरील व मुळांवरील तेल्या रोगाची विविध लक्षणे
(अ) खोडावरील डोळ्यासभोवती पाणीदार डाग
(ब) नंतर डागांचे डोळ्यासभोवती झालेले काळपट चट्टे (क – ड) काळपट चट्ट्यांचे झालेले कँकर
(इ – ई – ग) कँकरग्रस्त फांद्या नंतर तुटतात (घ) उघड्या पडलेल्या मुळांवरील काळपट चट्टे

ठिकाणांवरून फळे तडकतात. फळावरील अशा डागांवर पाणी साचल्यास त्यात जिवाणूंच्या प्रवेशामुळे चिकट पांढऱ्या रंगाचा द्रव तयार होतो. तो वाळल्यानांतर डागांच्या पृष्ठभागावर पांढरा चमकदार पोपडा तयार होतो.

डाळिंबाच्या फळांवर गर्द काळपट, पानथळ, तेलकट ठिपके पडतात. हे ठिपके वाढत जाऊन एकमेकांत मिसळतात. त्यांचा आकार इंग्लिश L व Y आकारात होऊन फळे तडकतात. फळांवर थोडा जरी रोग आला तरी त्याची प्रत पूर्णपणे खराब होऊन बाजारभाव कमी मिळतो. या रोगामुळे ३० ते ५० टक्के नुकसान होते. परंतु वाढीस पोषक वातावरण असताना अतिरोगग्रस्त बागेत ८० ते १०० टक्के नुकसान होऊ शकते.

तेलकट डागग्रस्त बागेतून रोगग्रस्त अवशेषमिश्रित मातीचा प्रयोगशाळेत अभ्यास केला असता मातीमध्ये या रोगाचे अणुजीव जिवाणू नऊ महिन्यांपर्यंत जिवंत राहू शकतात, असे आढळून आले आहे.

रोगाचा प्रसार

तेल्या रोगाचा प्राथमिक प्रसार, दुय्यम प्रसार, रोगाचा प्रसार होण्याची कारणे, त्यासाठी पोषक वातावरण व रोगाचे चक्र कसे असते, याची माहिती पुढीलप्रमाणे :

प्राथमिक प्रसार

* रोगग्रस्त भागांतून आणलेल्या गुटी कलमांचा वापर केल्यास प्रथम बागेत रोगाची लागण होते.

- बागेशेजारी रोगग्रस्त फळे आणि झाडांचे रोगग्रस्त अवशेष टाकल्यास त्यापासून बागेत रोगाचा प्रसार होतो.
- बाग स्वच्छ न ठेवल्यास, त्याचबरोबर झाडांच्या दाटीमुळे हवा खेळती न राहिल्यास व सूर्यप्रकाशाचा अभाव असल्यास रोगाचा प्रसार व वाढ झपाट्याने होते.
- रोगाचा प्राथमिक प्रसार प्रामुख्याने तेल्याग्रस्त मातृवृक्षापासून बनवलेल्या रोपांपासून होतो. सुरुवातीच्या अवस्थेमध्ये तो सुप्तावस्थेत असल्याने त्याची लक्षणे दिसून येत नसली तरी अनुकूल वातावरण मिळताच त्याची झपाट्याने वाढ होते.

दुय्यम प्रसार

- तेल्याग्रस्त पाने, फांद्या, फळे यावरील रोगट डागांवरून उडणारे पावसाचे थेंब रोगाचा दुय्यम प्रसार करतात.
- पाट पद्धतीने बागेला दिलेल्या पाण्यावाटे एका ओळीतून दुसऱ्या ओळीत हा रोग पसरतो.
- तेल्याग्रस्त झाडांची छाटणी केल्यावर वापरलेली कात्री निर्जंतुक न करता दुसऱ्या झाडांसाठी वापरली तर रोगजंतूंची बाधा होते.
- शेतमजुरांचे आवागमन बाधित बागेतून दुसऱ्या बागेत झाल्यास रोग पसरतो.
- विविध कीटकांद्वारे रोग पसरतो.
- पावसाच्या पाण्याबरोबर वाहून आलेली रोगग्रस्त पाने, वादळी पाऊस, औत, अवजारे, मातीचे कण आंतरमशागत करताना तसेच मजुरांच्या हाताळणीमुळे जमिनीवर वाहणारे पाणी इत्यादींमुळे हा रोग पसरतो.
- हवेमार्फत तेल्याचा प्रसार फारच कमी होतो.
- डाळिंब झाडाच्या सात भागांवर तेल्याचा प्रादुर्भाव होतो : उघड्या मुळ्या, खोड, फांद्या, पाने, कळी, फुलं, फळे

- जिवाणूंना थोड्याफार प्रमाणात पाणी मिळत राहिल्यास त्यांची संख्या वाढून रोगाचा झपाट्याने प्रसार होतो.
- पावसाळ्यात रोगग्रस्त भागांवर पावसाचे थेंब पडल्यावर त्याचे ओघळ झाडाच्या इतर भागांवर पसरतात. त्यामार्फत जिवाणूंचा प्रसार होतो.
- फळबागेत आढळणारे कीटक; जसे, मधमाश्या, मुंग्या, फूलपाखरे, अळ्या व इतर किडींचा रोगग्रस्त भागांशी संपर्क आल्यास त्यांच्या शरीरास व अवयवास हे जिवाणू चिकटतात. या किडींमार्फत या जिवाणूंचा प्रसार होत राहतो.
- जिवाणू पर्णरंध्र व जखमा यातून झाडात प्रवेश करतात.

रोगाचे चक्र

- रोगग्रस्त झाडांच्या फांद्या, पाने, फुले व फळे यात हे जिवाणू जिवंत असतात. तसेच रोगग्रस्त झाडांच्या अवशेषातही हे जिवाणू १२० ते २७० दिवसांपर्यंत जिवंत राहू शकतात. पोषक वातावरणनिर्मिती झाल्यास झपाट्याने बदलतात.
- हे जिवाणू शीतकाळात निंब व बेल या झाडांवर जगतात.
- रोगग्रस्त अवशेषांद्वारे वारा, पाणी, पाऊस, कीटक इत्यादींमार्फत रोगाचा प्रसार होऊन डाळिंबाच्या झाडास या रोगाची लागण होते.
- रोगाचे नियंत्रण वेळेत केले नाही, तर हे चक्र अव्याहतपणे सुरूच राहून रोगाचा प्रादुर्भाव मोठ्या प्रमाणावर होतो.

रोगास पोषक वातावरण

- वातावरणातील आर्द्रता व तापमान हे रोगाच्या वाढीस अत्यंत महत्त्वाचे घटक आहेत.

वातावरणाचे घटक	कमीत कमी प्रमाण	जास्तीत जास्त प्रमाण	सरासरी प्रमाण
तापमान (अंश सें.)	१८ ते २८	३० ते ४०	२५ ते ३२
सापेक्ष आर्द्रता (शेकडा)	२१ ते ८४	५० ते ९२	३६ ते ८८

तेल्या व सर्कोस्पोरा रोगाच्या लक्षणातील फरक

क्र.	तेल्या रोग	सर्कोस्पोरा लिफ स्पॉट
१.	पानांवरील ठिपके गडद तपकिरी अथवा काळ्या रंगाचे, वेडेवाकडे व गोलाकार असतात.	पानांवरील डाग काळसर रंगाचे व वेड्यावाकड्या आकाराचे असतात.
२.	ठिपक्यांची संख्या कमी (चार ते सहा ते १४ ते २५) असून ते आकाराने मोठे असतात.	ठिपके संख्येत जास्त (५०) असतात. आकाराने लहान असतात.
३.	फळांवरील ठिपके वेडेवाकडे, तपकिरी ते काळ्या रंगांचे असून इंग्लिश L किंवा Y आकाराचे फळांवर तडे पडतात.	फळांवरील ठिपके वेडेवाकडे, काळ्या रंगाचे व किंचित लालसर असतात. ठिपके असणाऱ्या भागात फळे तडकत नाहीत.
४.	अनेक ठिपके एकमेकांत मिसळून मोठे चट्टे पडतात.	ठिपके फार मोठ्या प्रमाणात असूनही ते एकमेकांत मिसळत नाहीत. प्रत्येक ठिपका स्वतंत्रपणे ओळखता येतो.

तेल्या रोगाची तीव्रता ठरवण्याचा तक्ता

क्र.	रोगाची तीव्रता	वर्णन
१.	१० टक्क्यांपेक्षा कमी	प्रत्येक झाडाच्या खोडावर व फांदीवर पाच टक्क्यांपेक्षा कमी तेलकट डाग असल्यास
२.	१० ते १५ टक्के	प्रत्येक झाडाच्या खोडावर व फांदीवर सहा ते दहा तेलकट डाग असल्यास
३.	१६ ते २५ टक्के	प्रत्येक झाडावर १० पेक्षा जास्त तेलकट डाग व डागांचा रंग तपकिरी होत असल्यास
४.	२६ ते ५० टक्के	खोडे व फांद्या यांच्या भोवती एक इंच लांबीपर्यंत तपकिरी ते काळसर रंगांचे खूप ठिपके, त्यामुळे फांद्या वाळत व तडकत असल्यास
५.	५० टक्क्यांपेक्षा जास्त	खोडे व फांद्या यांच्या भोवती एक इंच लांबीपर्यंत तपकिरी ते काळसर रंगांचे खूप ठिपके, त्यामुळे फांद्या वाळतात व तडकतात. तसेच कर्करोगास सुरुवात आणि मोठ्या प्रमाणावर फांद्या सुकून तडकत असल्यास

- रोगाच्या वाढीस २५° ते ३२° सें. तापमान व ३६ ते ८८ टक्के आर्द्रता अतिशय पोषक असते.
- ढगाळ हवामान व रिमझिम पाऊस अशा वातावरणात रोग झपाट्याने पसरतो.
- ४०° सें. तापमान व २१ टक्के इतक्या कमी आर्द्रितेतही जिवाणूंची वाढ होत असल्याचे निदर्शनास आले आहे.

रोगाची कारणे

- डाळिंब लावलेल्या जमिनीचा सामू ५ असेल तर तेल्या वाढतो.
- दोन झाडांमध्ये कमी अंतर किंवा प्रति ०.४ हेक्टरवर झाडांची संख्या जास्त असणे
- बागेत हवा व सूर्यप्रकाश मुबलक नसणे
- डाळिंब बागेत अस्वच्छता असणे, मागील हंगामातील रोगग्रस्त फळे नष्ट न करणे
- रोगग्रस्त बागेतील झाडांवरील गुटी कलमांचा वापर करणे
- शेजारीच्या बागेत तेल्याची लागण असणे
- डाळिंब बागेकडे संपूर्ण दुर्लक्ष करणे
- योग्य नर्सरीतून रोपे न आणणे
- झाडांची छाटणी करताना योग्य ती काळजी न घेणे (कात्री इत्यादी निर्जंतुकीकरण न करणे)
- ढगाळ, पावसाळी हवामान, वादळी पाऊस, वातावरणात जास्त आर्द्रता, अधूनमधून पाऊस, पावसाचे जास्त दिवस, तापमान २८° ते ३५° सें. व ८० टक्क्यांपेक्षा आर्द्रता असणे
- जुलै ते ऑक्टोबर या कालावधीत २५° ते ३५° सें. तापमान व सापेक्ष आर्द्रता ५० टक्क्यांपेक्षा जास्त असणे
- डाळिंब झाडात पुरेशी रोगप्रतिकारशक्ती नसणे (झाड सशक्त नसणे)
- गावपातळीवर तेल्या निर्मूलनाचा कार्यक्रम सर्वांनी मिळून न घेणे

- पावसाळ्याच्या सुरुवातीला असलेले उष्ण आर्द्रतायुक्त हवामान तसेच हिवाळा संपल्यावर अवकाळी पाऊस येण्याच्या अपेक्षेने प्रतिबंधात्मक उपाययोजना न करणे
- डाळिंबाच्या शेजारच्या तेल्या रोगग्रस्त बागेचीही आपल्या सोबत काळजी (उपाययोजना) न करणे
- रोगग्रस्त डाळिंबाची फळे नदी, नाले, ओढ्याकाठी फेकून दिल्यास (पावसाळ्यात पाण्याद्वारे व हवेने तेल्या बागेत शिरतो.)
- मुख्य, दुय्यम, व सूक्ष्म मूलद्रव्यांचा डाळिंब झाडांना अपुरा पुरवठा केल्यास
- बागेतील डाळिंब झाडांचे सूक्ष्म निरीक्षण केल्यास, कमकुवत, कुपोषित झाडांना आधी सूत्रकृमींचा प्रादुर्भाव होतो. नंतर फ्युजॅरियम मर लागते. त्यानंतर तेल्या रोग येतो. याची माहिती घेऊन प्रतिबंधात्मक उपाय न योजल्यास
- डाळिंब झाडांची गरजेपेक्षा जास्त छाटणी (ओव्हर प्रुनिंग) केल्यास जास्त जखमा होतात. अशा वेळी बोर्डो मिश्रण बुरशीनाशक न फवारल्यास

व्यवस्थापन

- रासायनिक शेती पद्धतीत तेल्यावर १०० टक्के इलाज / नियंत्रण नाही. पण सेंद्रिय बायोडायनामिक उपायाने प्रभावी व्यवस्थापन करता येते.
- तेल्या कसा येतो, पसरतो, त्यावर उपाय कोणते याचा अभ्यास असेल तरच त्याचे प्रभावी व्यवस्थापन करता येते.
- डाळिंब बागेकडे दुर्लक्ष केले तर मुळ्यांवर आधी सूत्रकृमी येऊन मुळी कमकुवत होते, झाड अशक्त बनते. त्याची रोगप्रतिकारशक्ती कमी होऊन आधी मर व नंतर तेल्या येतो.

- तेल्या येऊच नये याची खबरदारी घ्या. आलाच तर तो जास्त पसरणार नाही याची काळजी घ्या.
- जमीन सूक्ष्म जिवाणूंनी समृद्ध केल्यानंतर जमिनीची उत्पादकता वाढते. त्याचप्रमाणे झाडात सक्षम रोगप्रतिकारशक्ती तयार करणे हे तेल्या व्यवस्थापनासाठी महत्त्वाचे आहे. त्यासाठी जमिनीत हिरवळीची खते, आच्छादन, विविध पेंडींचा वापर वाढवा; जेणेकरून जमिनीत कर्ब-नत्र यांचे गुणोत्तर १० ते २० : १ होईल. तसेच डाळिंब झाडात, खोडात, फांद्यांत कर्बोदके व नत्र यांचे गुणोत्तर ६० : ४० तयार होईल.
- ह्यूमस निर्मितीसाठी कर्ब व नत्र यांचे प्रमाण १० : १ हवे. आच्छादनाने कर्ब मिळतो. चवळीसारख्या द्विदल आंतरपिकामुळे नत्र मिळतो.

मशागतीय व्यवस्थापन

- मृग बहारात याचा प्रसार व प्रादुर्भाव मोठ्या प्रमाणात होत असल्यामुळे हस्त बहार किंवा उशिरा हस्त बहार घ्या. त्या वेळी तेल्याचा प्रादुर्भाव कमी असतो.
- कोणत्याही एकाच बहाराची दर वर्षी फळे घ्या. वर्षभर फळे घेणे टाळा किंवा बहाराव्यतिरिक्त इतर वेळी आलेली फळे झाडावरून काढून नष्ट करा.
- फळकाढणीनंतर बागेला पाण्याचा ताण देऊन कमीत कमी चार महिन्यांची विश्रांती द्या. त्या काळात खोडांवरील फुटवे वरचेवर काढा.
- रोगाचा प्रादुर्भाव जास्त प्रमाणात झाल्यास झाडांची खरडछाटणी करा. छाटणी करताना फांद्या रोगग्रस्त भागाच्या दोन ते तीन इंच खालून छाटा. खोडांवर लागण झालेला भाग व त्याच्या सभोवतालचा थोडा व इतर चांगला भाग सुरीने खरवडून काढून टाका. त्यावर बोर्डेक्स १० टक्के पेस्ट लावा. संपूर्ण बागेसाठी एक टक्का बोर्डो फवारा.
- रोगाची लागण जास्त प्रमाणात झालेली झाडे मुळांसकट उपटून त्यांचा शेताबाहेर नायनाट करा. उपटलेल्या झाडांच्या बुडाच्या ठिकाणी पाच किलो मीठ, २०० ग्रॅम हळद पावडर, २० लीटर गोमूत्र ८० लीटर पाण्यात एकत्र करून टाका. असे केल्याने जमिनीचा पीएच वाढतो, त्यात तेल्या जिवाणू जगत नाही.
- रोगट झाडे शेताबाहेर काढल्यानंतरच झाडांना पाणी द्या; नाहीतर तेल्याचे जिवाणू पसरतील.
- डाळिंब लागवडीचे अंतर ४.५ × ३.० मीटर ठेवा. बागेला योग्य प्रमाणात पाणी द्या. योग्य अन्नव्यवस्थापन करा. त्याने झाडे निरोगी राहतील.
- बागेतील तण काढून, काडीकचरा वेचून बाग स्वच्छ करा. आंतरपिकांच्या अवशेषांचे आच्छादन करा.
- भारी जमिनीत डाळिंबाची लागवड शक्यतो टाळा. ४५ सेंमीपेक्षा कमी खोलीच्या हलक्या व मध्यम जमिनीत डाळिंब लावा.
- तेल्या रोगमुक्त बागेतील नर्सरीतून रोपे आणा.
- छाटणीच्या कात्र्या सोडिअम हायपोक्लोराईड २.५ टक्के द्रावणात (२.५ ग्रॅम प्रति १० लीटर पाणी) किंवा गोमूत्रात अर्धा तास भिजवून मगच वापरा.
- झाडांच्या फांद्या जमिनीला टेकणार नाहीत याची काळजी घ्या.
- वाफसा स्थिती आल्याशिवाय बागेला पाणी देऊ नका.
- ठिबकच्या लॅटरल नव्या खोडापासून झाडाची कॅनॉपी जसजशी वाढेल तशी दूरदूर ठेवा. दुपारी १२ वाजता झाडाची सावली पडेल तिथे नळी असावी.

* तेल्या रोगग्रस्त फळांचे ढीग झाडाखाली, शेताच्या बांधावर किंवा रस्त्यावर ठेवू नका. ती जाळून टाका.

* या रोगाचे जिवाणू नुसत्या मातीत जिवंत राहत नसले, तरी रोगग्रस्त पाने, फांद्या, फळे झाडांपासून छाटल्यावरही यांच्यामध्ये जवळपास २४० दिवस (आठ महिने) सहजपणे सुप्तावस्थेत जिवंत राहतात. पोषक वातावरण मिळाले की झपाट्याने वाढतात. हे लक्षात घेऊन त्यांना नष्ट करा.

* डाळिंब झाडांच्या उघड्या मुळ्या, मुख्य खोड, मुख्य फांद्या, उपफांद्या, पाने, कळी, फुले व फळे यांचे बारकाईने वरचेवर निरीक्षण करा. रोगग्रस्त भाग तोडून उपाययोजना करा.

* पाणसोट किंवा वॉटरशूट न काढलेल्या डाळिंब झाडांवर तेल्या लवकर येतो, हे लक्षात घेऊन बुडाची फूट, सर्व वॉटरशूट्स काढून, फांद्यांची विरळणी करून झाडांना भरपूर सूर्यप्रकाश व खेळती हवा मिळेल याची काळजी घ्या.

* जुलै ते ऑक्टोबरमध्ये २५° ते ३५° सें. तापमान व ५० टक्क्यांपेक्षा जास्त आर्द्रता असेल तर तेल्या वाढतो. एरवी आठ महिने तो बांधावरील नीम व बेल या झाडांवर सुप्तावस्थेत राहतो, हे लक्षात घ्या.

डाळिंब झाडांना तेल्याची लागण झाली की नाही, याची खात्री करा.

१. डाळिंबावरील सर्कोस्पोरो लीफ स्टॉप व बॅक्टेरिअल ब्लाईट रोगाची लक्षणे बारकाईने पाहा. पडलेला रोग तेल्याच असल्याची खात्री करून घ्या.

२. **तेल्याची परीक्षा पद्धत**

* तेल्याची लागण झालेल्या तुकड्यावर थोडे पाणी टाकून सूक्ष्मदर्शक यंत्रात पाहिले असता लागण झालेल्या भागातून जिवाणू झुंडीने पाण्यात शिरताना दिसतात. थोड्या वेळाने पाणी पांढुरक्या रंगाचे झालेले दिसते. इतर रोगांत असे होत नाही.

* रोगग्रस्त काळे डाग किंवा चट्टे पडलेले फळ घ्या. त्यावर एक थेंब पाणी टाका. चट्ट्यास टाचणीने अथवा टोकदार अवजाराने अनेकदा टोचून तशाच अवस्थेत एक तास राहू द्या. तेल्या असेल तर पाणी पांढुरके गढूळ होईल. इतर रोगांत तसे होत नाही.

* रोगट चट्ट्याचा किंवा डागाचा पातळसर थर काढून घ्या. त्यावर पाच-सहा थेंब पाणी टाका. पाच ते दहा मिनिटांनी या भागाला कुसकरले असता द्रावण पिवळसर चिकट झालेले आढळते. इतर रोगांत तसे होत नाही.

* डाळिंब बागेत बहार घेतल्यावर जोराचा पाऊस झाला तर तेल्या वेगाने पसरतो. बागेतील सर्व झाडे तपासा. रोगग्रस्त झाड आढळल्यास त्याला ओळख-खूण म्हणून कपडा बांधा.

* डाळिंबात कोबी, कोथिंबीर, झेंडू, आले लावा.

जैविक उपायांनी तेल्याचे व्यवस्थापन

तेल्याचा प्रादुर्भाव जमिनीचा सामू ५ असेल तर येतो. तो वाढवून ९ केला तर प्रादुर्भाव होत नाही. त्यासाठी झाडांच्या बुडाला १०० ग्रॅम हळद पावडर व अर्धा किलो मिठाचे द्रावण टाकल्यास सामू वाढतो.

डॉ. पुनिथ, जीकेव्हीके, युनिव्हर्सिटी ऑफ ॲग्रीकल्चरल सायन्स, बेंगलुरु (कर्नाटक) यांनी डाळिंबावर २०१५मध्ये डॉक्टरेट पदवी मिळवली. त्यांच्या प्रबंधातील तेल्यावर केलेल्या उपाययोजनांचे निष्कर्ष सारांशरूपाने पुढे देत आहे.

तेल्या रोगाच्या व्यवस्थापनासाठी विविध औषधी वनस्पतींचे अर्क काढून वापरले गेले. तसेच जैविक निविष्ठांचे परिणाम तपासले गेले.

विविध अर्कांवर प्रयोग : नागकेसर, अश्वगंधा (ॲंटिबॅक्टेरिअल आणि ॲंटिफंगल),

बेहडा (टॅनिन बी, सेलेस्टेरॉल), काळे मिरे (अँटिबॅक्टेरियल आणि अँटिफंगल), आवळा (अँटिफंगल), अर्जुन (ग्लायकोसाईड, टॅनिन, अर्जुनिक ऑसिड इत्यादींनी युक्त), नीम, तुलस, कोरफड, रुचकी, लसूण, आले, पेरूची पाने इत्यादी.

प्रबंधातील तेल्या व्यवस्थापनाचे महत्त्वाचे निष्कर्ष

- ४० किलो लिंबोळी पाने आणि १०० लीटर पाणी यांचा अर्क प्रभावी आढळला. त्याखालोखाल तुलस व रुचकी यांचा अर्क परिणामकारक दिसला.

- पाच किलो लसूण आणि १०० लीटर पाणी यांच्या पाच टक्के अर्कानेे उत्तम परिणाम दिसले.

- लसूण, नीम, तुलस, आले, पेरूची पाने, कोरफड यांचाही अर्क प्रभावी आढळला.

- विविध जैविक औषधांमध्ये बॅसिलस सबटिलीस व बॅक्टेरियम एफर्जेंट प्रभावी आढळले.

- प्रति ०.४ हेक्टर लिंबोळी पेंड ८०० किलो, पेसिलोमायसिस आणि ट्रायकोडर्मा प्रत्येकी चार किलो यांचे मिश्रण पाच दिवस कुजवून डाळिंबाच्या बुडाच्या मातीत मिसळण्याची शिफारस करण्यात आली आहे.

- दोन किलो लिंबोळी पेंड, पेसिलोमायसिस आणि ट्रायकोडर्मा १०० मिली यांचे द्रावण प्रति झाड दिल्याने तेल्याचे व्यवस्थापन चांगले होते.

कृषी विद्यापीठांना आवाहन

तेल्याच्या व्यवस्थापनासाठी पुढील उपाययोजना सुचवल्या आहेत. प्रगतिशील डाळिंब उत्पादक शेतकरी, वर्धा येथील 'वर्धा फॅमिली फार्मिंग प्रोजेक्ट' अंतर्गत डाळिंबावर तेल्यासाठी वापरलेले तंत्रज्ञान व प्रत्यक्ष अनुभवावर आधारित पुढील फॉर्म्युलेशनवर कृषी विद्यापीठांनी सखोल संशोधन करण्याची मी विनंती करत आहे. शेतकऱ्यांनी याची प्रत्यक्षात प्रचिती घेण्यास हरकत नाही. शेतकरी व कृषी विद्यापीठ यांनी संयुक्तपणे तेल्यावर प्रभावी सेंद्रिय उपाययोजना शोधण्याची नितांत गरज आहे.

- तेल्यासाठी द्रव रूपातील जैविक औषधांऐवजी पावडर (भुकटी) रूपातील डब्ल्यूपीपी फॉर्म्युलेशन वापरा. द्रव रूपातील औषधांची साठवण योग्य तापमानात नसेल, दूरवरील वाहतूक इत्यादी कारणांमुळे त्यातील जिवाणू किती मरतात, अक्षम होतात ते कळत नाही. उलट, डब्ल्यूपीपी रूपात ते निश्चितपणे सहा महिने सतत राहतात का, हे तपासावे.

- तेल्याचे झाडांवर लक्षण दिसताच सुडोमोनस - बॅसिलस - दूध - ट्रायकोडर्मा प्रत्येकी पाच मिली, सूर्यफूल तेल अर्धा मिली प्रति लीटर पाण्यात मिसळून १५ दिवसांच्या अंतराने दोन फवारण्या करा.

- त्यानंतर पेसिलोमायसिस - सुडोमोनस - दूध प्रत्येकी पाच मिली आणि सूर्यफूल तेल अर्धा मिली प्रति लीटर पाण्यात मिसळून तयार द्रावणाचे झाडांना ड्रेंचिंग करा.

- पाऊस सुरू झाल्यावर वातावरणातील तापमान कमी झाल्यावर निंबोळी पेंड एक टन, ट्रायकोडर्मा २० किलो (डब्ल्यूपीपी), पेसिलोमायसिस दहा किलो हे सर्व एकत्र मिसळून ओले करून चार-पाच दिवस मुरू द्या. काही दिवसांनी त्यावर पांढरी बुरशी (मित्र बुरशी) येते. ती बुरशी ठिबक नळीचे पाणी जेथे पडते तेथे टाका.

- त्यानंतर १० टक्के बोर्डो मिश्रण (प्रत्येकी एक किलो मोरचूद - चुना आणि १० लीटर पाणी यांची पेस्ट) डाळिंबाच्या खोडांना लावा किंवा बायोडायनामिक वृक्षलेप वापरा.

- झाडांवर एक टक्का बोर्डो मिश्रण (प्रत्येकी एक किलो मोरचूद - चुना आणि १०० लीटर पाणी) फवारा.

- सुरुवातीपासूनच ठरावीक अंतराने पंचगव्य तीन टक्के (४५० मिली प्रति १५ लीटर पाणी) फवारा व झाडांना बुडाला ड्रेंचिंग करा.

- झाडांना शेळी लेंडी खत @ दोन ते तीन किलो प्रति झाड (सेंद्रिय डीएपी) देऊन झाडांना सशक्त करा.

- पंचगव्य, व्हीएएम, एनपीके कन्सोर्शिअमचे झाडांना ड्रेंचिंग करा. वाढवर्धक, रोगप्रतिकार शक्ती या द्रावणात असल्याने डाळिंब तेल्यास बळी पडणार नाही.

- झेंडूची फुले गोमूत्रात दोन महिने सडवून त्यात करंज पेंड व हिंग मिसळून त्याचा लेप डाळिंबाच्या खोडांना लावा.

- बोर्डो मिश्रणाची फवारणी फळ काढणीपूर्वी ३० दिवस व पावसाळी हंगामात ही फवारणी फळ काढणीपूर्वी २० दिवस बंद करा.

- तज्ज्ञांच्या मते, डाळिंबावर तेल्या येऊ नये म्हणून वर्षातून तीन वेळा झाडांना लिंबोळी पेंड - ट्रायकोडर्मा - मेटारायझियम द्यावे.

- डाळिंबाच्या छाटणीनंतर पंचपर्णी अर्क फवारा. त्यातील घटक : प्रत्येकी चार किलो रुचकी - घाणेरी - नोची - नीम - तुळस (काळी किंवा हिरवी) - थुथी (ॲब्यूटेलॉन इंडिकम) (एकूण अंदाजे २० किलो), पाने - बिया - फांद्या बारीक चिरा. त्यात ५० ते ६० लीटर पाणी मिसळून अर्धा तास उकळा. मिश्रण रात्रभर झाकून ठेवा. सकाळी त्यात १० लीटर गोमूत्र, १०० ग्रॅम हळद पावडर मिसळा. तयार मिश्रण १२० लीटर पाण्यात मिसळून प्रति ०.४ हेक्टर डाळिंबावर फवारा.

- दोन लीटर बिव्हेरिया, दोन किलो काळा गूळ, एक लीटर दूध, पाच लीटर गोमूत्र हे सर्व २०० लीटर पाण्यात मिसळून डाळिंबावर फवारा.

- डाळिंब झाडाखाली १५० ग्रॅम ब्लिचिंग पावडर प्रति पाच ते सात लीटर पाण्यात मिसळून द्रावणाचे ड्रेंचिंग करा. किंवा कॉपर डस्ट चार टक्के (२० किलो)ची प्रति हेक्टर जमिनीवर धुरळणी करा.

- २.५ मिली बकरीचे मूत्र आणि १५ लीटर पाणी एकत्र करून रात्रभर ठेवा. सकाळी त्यात ५०० ग्रॅम मोरचूद, २०० ग्रॅम निरमा, २०० लीटर पाणी मिसळून डाळिंब झाडांवर फवारा.

- एक किलो रानतुळशीच्या बिया (सब्जा), प्रत्येकी एक लीटर गोमूत्र - ताक, आठ लीटर पाणी एक आठवडा मडक्यात आंबवून डाळिंबावर फवारा.

- तेल्याची लक्षणे दिसताच प्रादुर्भावग्रस्त भाग खरडून काढा. तिथे प्रत्येकी एक लीटर एरंडी तेल आणि मोहरी तेल पाच मिनिटे उकळून थंड करा. नंतर त्यात अर्धा किलो हळद मिसळून पेस्ट तयार करा. बाधित जागेवर व खोडांना चोपडा.

- अशा झाडांना प्रत्येकी दहा लीटर पाणी व गोमूत्र, अर्धा किलो हळद यांच्या मिश्रणाचे ड्रेंचिंग करा. १५ दिवसांनी याच द्रावणाची झाडांवर फवारणी करा.

अनुभवी शेतकऱ्यांना व कृषी विद्यापीठांना व राष्ट्रीय डाळिंब संशोधन केंद्र - सोलापूर यांना मी विनंती करतो की, त्यांनी डाळिंबावरील तेल्या रोगाच्या प्रभावी सेंद्रिय व्यवस्थापनासाठी संशोधन करावे. रासायनिक विषारी प्रभावी सेंद्रिय, जैविक औषधांचा पर्याय डाळिंब उत्पादकांना सुचवावा.

∎∎∎∎

डाळिंबावरील
प्राकृतिक विकार / विकृती

डाळिंब हे महत्त्वाचे फळपीक आहे. महाराष्ट्रातील या पिकाखालील क्षेत्र वरचेवर मोठ्या प्रमाणावर वाढत आहे. डाळिंबावर अनेक रोग येतात. त्यांची विविध लक्षणे पाहून शेतकरी तो रोग नेमका कोणता आहे, हे पाहून शिफारशीप्रमाणे उपाययोजना करतो. परंतु बऱ्याच वेळा ती लक्षणे रोगामुळे आहेत, की ती प्राकृतिक विकृती आहे, याबाबत संभ्रम निर्माण होऊन तो चुकीची उपाययोजना करतो. त्यासाठी सदर प्रकरणात डाळिंबावर नैसर्गिक कारणांमुळे कोणते विकार होतात, त्यांची लक्षणे कोणती व त्यासाठी शेतकऱ्यांनी काय करावे, याची माहिती दिली आहे.

१. डाळिंब फळांना भेगा पडणे / तडा जाणे
२. फळांचा परमा किंवा सुवर्ण ठिपका
३. सूर्यप्रकाशाने फळ भाजणे / तडकणे
४. फळांचे दाणे तपकिरी होणे
५. डाळिंबाची फुले गळणे

१. डाळिंब फळांना भेगा पडणे / तडा जाणे

डाळिंब पिकात ही विकृती सर्वत्र आढळून येते. अशा प्रकारची विकृती चार पद्धतीत आढळते :
(१) मध्यातून फळ भेगाळणे (२) केंद्रीय भागातून फळ भेगाळणे (३) खंड पद्धतीने भेगाळणे (४) फळाची सालकाडी भेगाळणे

फळ तडकणे

* या विकृतीत डाळिंबाची फळे मध्यभागी भेगाळल्यामुळे पिकाचे फार नुकसान होते.
* पक्व फळे मध्यातून भेगाळण्याचे प्रमाण उन्हाळी हंगामात जास्त असते.
* अपरिपक्व केंद्रीय भेगाळण्याचे प्रमाण खरीप हंगामात जास्त असते.

संभाव्य कारणे

* डेव्हजच्या १९७८च्या निष्कर्षानुसार, भेगाळण्याचा संबंध खतपुरवठा, वातावरणातील आर्द्रता, ओलाव्याचे प्रमाण / पाणी, दिवस-रात्रीच्या तापमानात तफावत यांच्याशी आहे.

- डाळिंब फळातील कमी साखर आणि सालीच्या लवचीकपणामुळे मध्यातून फळे भेगाळतात.
- सालकाडी भेगाळणे ही विकृती मोठी पाने झाडांवर असताना कमी प्रमाणात आढळते.
- बागेत पाण्याचे योग्य व्यवस्थापन नसल्यास फळांना तडे पडतात.
- बोरॉनची कमतरता असल्यास लहान फळे तडकतात.
- फळांची तोडणी उशिरा झाल्यास किंवा पिकल्यानंतर ती झाडावर राहिली तर तडकतात.
- दिवस-रात्रीच्या तापमानात मोठी तफावत असल्यास व अति थंडीमुळे ही विकृती आढळते.
- बऱ्याच कालावधीपर्यंत बंद असलेला पाणीपुरवठा एकदमच मोठ्या प्रमाणात सुरू केल्यास किंवा अनियमित पाणीपुरवठा झाल्यास फळे तडकतात.
- कोणताही व्रण, चट्टा वा कशाचाही प्रादुर्भाव झालेला नसतानासुद्धा फळे अचानक दुभंगून आतील दाणे बाहेर पडतात.
- कॅल्शिअम, बोरॉन व पोटॅश या अन्नद्रव्यांची कमतरता भासल्यास फळे तडकतात.
- मृग बहार धरल्यास पावसाळ्याच्या अनियमितपणामुळे व हवेतील कमी-जास्त आर्द्रतेमुळे फळांना अधिक भेगा पडतात.
- डाळिंबाच्या जातीवरसुद्धा फळ तडकण्याचे प्रमाण अवलंबून असते. गणेश जातीत भंगण्यापेक्षा तडकणे ही विकृती जास्त आहे.
- उन्हाचा जास्त तडाखा बसला तरी फळे तडकतात.
- जमिनीत ह्यूमस निर्मितीसाठी व पानांमध्ये अन्ननिर्मितीसाठी लागणारे कर्ब व नत्र यांचे गुणोत्तर योग्य वेळेवर उपलब्ध न झाल्यास फळे तडकतात.
- फळे तडकण्याचे प्रमाण सर्वात जास्त आंबे बहारात, त्या खालोखाल हस्त बहारात व सर्वात कमी मृग बहारात आढळते.
- ही विकृती राजस्थानात जानेवारी ते जूनमध्ये ६३ टक्के, ऑक्टोबर ते मार्चमध्ये ३४ टक्के तर जुलै ते डिसेंबरमध्ये ९.५ टक्के आढळली.
- फळे तडकल्यावर आतील पाणी लवकर उडून जाऊन फळे आकसतात. त्यांची प्रत बिघडते. जखमेमुळे त्यांना रोग लागतो. फळे जास्त दिवस टिकत नाहीत. बाजारभावही मिळत नाही.
- डाळिंब झाडाच्या पानांना संपूर्ण ताकदीनिशी अन्ननिर्मितीसाठी लागणारी ४००० ते ६००० फूट कॅंडल सूर्यप्रकाशाची तीव्रता उपलब्ध होत नाही.
- फळे का तडकतात, हे शेतकऱ्यांनी समजून घेतले पाहिजे. डाळिंब झाडांना पाण्याचा खूप ताण बसतो, तेव्हा फळांच्या सालीची तसेच आतील दाण्यांची वाढ मंदावते. परिणामी, साल व आतील दाण्यांचा आकार आकुंचित होतो, घटतो. परंतु ताणानंतर एकदम पाऊस येतो किंवा पाटपाणी मोठ्या प्रमाणात देण्यात येते तेव्हा ताणातील अनुशेष भरून काढण्यासाठी फळांच्या आतील दाणे व रस यांचा विकास ज्या वेगाने वाढतो, त्या मानाने सालीची वाढ होत नाही. परिणामी, वेगाने वाढणाऱ्या दाण्यांना व रसाला पूर्णपणे झाकण्यासाठी साल कमी पडते. वेगाने वाढणाऱ्या दाण्यांचा व रसाचा प्रचंड दाब सालींवर पडतो. सालीला उभी भेग पडून आतील ऊर्जा बाहेर पडते.

उपाययोजना

- डाळिंबाच्या फळांना तडे पडू नयेत म्हणून बागेस नियमित पाणी द्या.
- जमिनीत जास्त प्रमाणात सेंद्रिय खते व हिरवळीची खते टाकून जमिनीची पाणी धरून ठेवण्याची क्षमता वाढवून फळांना तडे जाण्याचे प्रमाण कमी करता येते.
- मृग बहार धरल्यास पावसाच्या अनिमितपणामुळे व हवेतील कमी-जास्त आर्द्रतेमुळे फळांना भेगा अधिक प्रमाणात पडतात. आंबे बहार धरल्यास मृग बहारापेक्षा फळांना कमी तडे पडतात.
- बोरॉनची कमतरता असल्यास बोरॅक्स किंवा बोरीक ॲसिड या सूक्ष्म अन्नद्रव्यांचा तीन पीपीएमचा फवारा द्या. (एक ते दोन ग्रॅम प्रति लीटर पाणी)
- पाणी देण्याचे ठिबक संयंत्र वापरून थोडे-थोडे; पण नियमितपणे पाणी दिल्याने फळांना कमी प्रमाणात तडे पडतात. हा अत्यंत प्रभावी उपाय आहे.
- फळे पिकल्यावर ती जास्त दिवस झाडांवर ठेवू नका.
- फळधारणा झाल्यावर कॅल्शिअम हायड्रॉक्साईडची (सेंद्रिय प्रमाणीत असल्यास) फवारणी केल्यास फळे तडकण्याचे प्रमाण कमी होते.
- भरपूर सेंद्रिय खत, शेळी लेंडी खत, बीडी कंपोस्ट यांचा वापर करा.
- टी स्टेन्स कंपनीच्या मिरॅकलची (ॲंटिट्रान्सपरंटची) फळकाढणीपूर्वी चार-पाच आठवडे फवारणी केल्यास फळे तडकण्याचे प्रमाण कमी होते.
- डाळिंबाच्या झाडांना मल्चिंग केल्यास फळे कमी तडकतात.

- हवेतील आर्द्रता वाढवण्यासाठी स्प्रिंकलरने बाग भिजवा.
- बांधावरील सर्व रुचकी (रुई) फुलांसकट तोडून, पानांचे तुकडे करून पाच दिवस पाण्यात कुजवा किंवा पाण्यात टाकून उकळा. नंतर झाडांवर फवारा. त्यात भरपूर बोरॉन असल्यामुळे फळे तडकणार नाहीत.
- कोणत्याही उपलब्ध फुलांचा अर्क फवारला तर बोरॉन व सूक्ष्म मूलद्रव्ये मिळतात. यावर कृषी विद्यापीठांनी संशोधन करून मार्गदर्शन करावे.

२. फळांचा परमा किंवा सुवर्ण ठिपका

डाळिंबातील या विकृतीत सुवर्ण रंगाचे ठिपके फळांवर येतात. यामुळे सालीत वर्णकणांची कमतरता तयार होते. डाळिंब फळांचा परमा पाश्चिमात्य देशात १९३८मध्ये आढळून आला. यात फळांवर लहान तपकिरी ठिपके खडबडीत स्वरूपात आढळतात. त्यामुळे फळांची विक्री करताना कमी भाव मिळून नुकसान होते.

डाळिंबाच्या अपरिपक्व फळात या विकृतीचे अनियमित गर्द हिरवे ठिपके विखुरलेल्या स्थितीत आढळतात. या ठिपक्यांचा आकार तीन मिमी असतो. फळांवरील हिरवे ठिपके तंबाखूसारख्या लाल रंगात बदलून ठिपक्यांचा रंग पिवळा पडतो. असे परमाचे अनियमित आकाराचे ठिपके नंतर सालींवर वाढत जातात.

३. सूर्यप्रकाशाने फळ भाजणे / तडकणे

डाळिंब झाडाच्या बाहेरील भागात लागलेल्या फळांची साल दुपारच्या तीव्र उन्हामुळे करपून तपकिरी काळपट रंगाची होते. परंतु सालीचा खालील भाग व फळांचे दाणे चांगले राहतात.

जास्त तापमान, कोरडे व शुष्क हवामान, कमी सापेक्ष आर्द्रता यामुळे फळे भाजली जातात. झाडाची कॅनॉपी (विस्तार) व पानांची संख्या कमी

सूर्यप्रकाशामुळे फळ तडकणे / भाजणे

असल्यावर लागलेली फळे उघडी असतात. तीव्र सूर्यप्रकाशामुळे ती करपतात.

एप्रिल ते जून महिन्यांत सनबर्नचे किंवा सनस्काल्डचे प्रमाण जास्त असते. सोलर रॉडिएशन २२० J/cm^2 ते ३२४ J/cm^2 तीव्रतेच्या उष्णतेने ती करपतात.

डाळिंब फळाच्या सालीचे तापमान सूर्यप्रकाशामुळे ४०° ते ४७.५° सें. इतके वाढले की सनबर्न होऊन फळ भाजते. सनबर्नप्रतिकारक डाळिंबाची जात अद्याप आढळलेली नाही.

डाळिंब झाडांची जरुरीपेक्षा जास्त छाटणी केली तर लागणारी फळे उघडी राहून सनबर्न / सनस्काल्ड होतो.

हिरव्या व पक्व फळांवर पिवळे पांढुरक्या रंगाचे डाग आढळतात. नंतर ही रोगग्रस्त फळे बुरशीजन्य रोगास बळी पडतात. ही विकृती वातावरणातील तापमान ४०° सें.पेक्षा अधिक असताना येते.

उपाययोजना

- झाडाची कॅनॉपी योग्य ठेवण्यासाठी छाटणी करताना फळे झाडाच्या आतील बाजूस लागतील अशी पद्धत अवलंबा.

- झाडांवर पानांची संख्या वाढवण्यासाठी खताच्या योग्य मात्रा द्या. पानांच्या सावलीने फळांचे सूर्यप्रकाशापासून संरक्षण होते.

- गरज पडलीच तर पानांचे व फळांचे तापमान कमी करण्यासाठी केओलिनची पहिली फवारणी @ पाच लीटर प्रति १०० लीटर पाण्यातून झाडांवर करा. नंतर दोन-तीन आठवड्यांच्या अंतराने तीन फवारण्या @ अडीच लीटर प्रति १०० लीटर पाणी मिसळून करा. त्यामुळे तापमान कमी होऊन फळांचा रंग सुधारतो.

- या विकृतीच्या नियंत्रणासाठी तापमानात सतत वाढ होत असल्यास ४:४:५० तीव्रतेचे बोर्डो मिश्रण फवारा.

- डाळिंब झाडांना योग्य वळण दिले, गबाळ व फळछाटी (पानगळीनंतरची) व्यवस्थित व वेळेवर केली तर झाडांवर पुरेसा पर्णसंभार - आधारा तयार होतो. त्याने फळे झाकली जाऊन सनबर्न होत नाही. पुरेसे खत दिल्यानेही कॅनॉपी वाढते.

- पक्व फळांना बटर पेपरने झाका. विशेषत: झाडांवरील उघड्या फळांना झाकणे आवश्यक आहे. त्याने उन्हापासून संरक्षण तर होतेच; शिवाय, फळमाशी त्यावर अंडी घालत नाही.

- संपूर्ण झाडाला नेटने झाकता येते.

- उघड्या फळाशेजारील लहान फांद्यांनी फळ झाकण्याचा प्रयत्न करा.

४. फळांचे दाणे तपकिरी होणे

ही विकृती कोणत्याही रोगामुळे होत नाही. परंतु फळ पिकताना काही जैविक - रासायनिक क्रियांमध्ये बिघाड झाल्यामुळे हे प्रमाण वाढते.

डाळिंबाचे दाणे काळे पडणे ही विकृती अलीकडेच दिसून आली आहे. परंतु ही विकृती

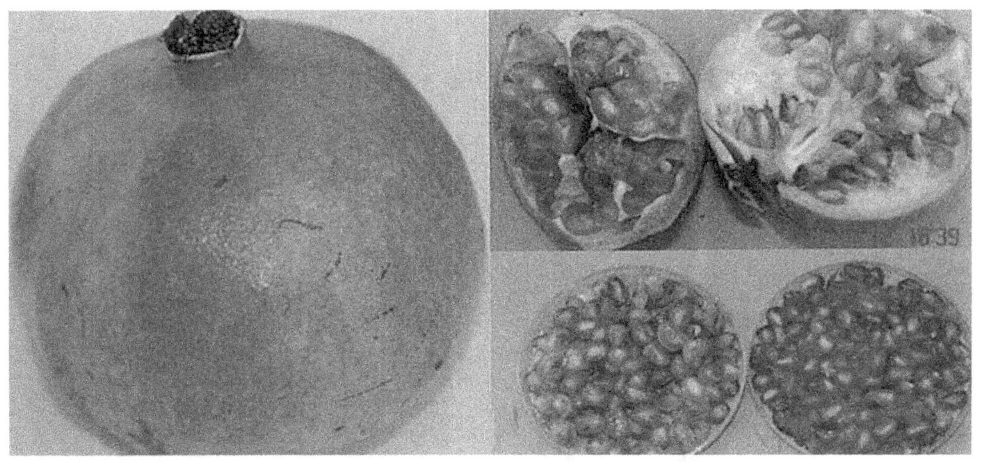

फळांचे दाणे तपकिरी होणे

कोणत्याही प्रकारच्या रोगामुळे होत नाही, एवढे निश्चित!

यामध्ये चांगले व खराब फळ बाहेरून दिसायला सारखेच असते. पण कधी-कधी बाहेरून चांगले वाटणारे फळदेखील आतून खराब निघते.

मृग बहार व आंबे बहार या दोन बहारांची तुलना करता आंबे बहारामध्ये फळे काळी पडण्याचे व त्यातील काळ्या दाण्यांचे प्रमाण जास्त दिसून येते.

मृग बहारामध्ये गणेश जातीमध्ये फळधारणेनंतर १०५ दिवसांपासून जास्त प्रमाणात दाणे काळे पडतात; तर मृदुला जातीमध्ये १४० दिवसांनंतर कमी प्रमाणात विकृती आढळते.

दाणे काळे पडणे ही समस्या मृग बहार व आंबे बहार या दोन्ही बहारात येऊन जातीपरत्वे हंगामानुसार फळे काळे पडण्याचे प्रमाण व त्यातील दाणे काळे होण्यातही फरक दिसून येतो.

दाणे तपकिरी होण्याचे प्रमाण फळ जसजसे मोठे होईल तसे वाढत जाते.

फळे १५० ते २०० ग्रॅम वजनाची होत असताना २६.६० टक्के तपकिरी होतात. ३५० ग्रॅमच्या वजनात ६० टक्के दाणे तपकिरी होतात.

दाणे तपकिरी होण्याचे प्रमाण फळधारणेनंतर ९० दिवसांनी सुरू होऊन ते १४० दिवसांपर्यंत चालू राहते.

डाळिंबाच्या फळातील दाणे काळे होण्यासाठी पुढील बाबी कारणीभूत असाव्यात, असे शास्त्रज्ञांचे मत आहे.

- **जातीचा परिणाम :** पांढऱ्या दाण्याच्या जातीमध्ये दाणे काळे पडण्याचे प्रमाण अल्प आहे. परंतु रंगीत जातीमध्ये दाणे काळे पडण्याचे प्रमाण जास्त आहे.

- **फळकाढणीचा कालावधी :** फळे काढण्याचा कालावधी जसजसा वाढत जातो, तसतसे दाणे काळे पडण्याचे प्रमाणही वाढत जाते. साधारणपणे १८० दिवसांनंतर संपूर्ण दाणे काळे झाल्याचे दिसते. १५० दिवसांनंतर फळे झाडांवर ठेवणे या विकृतीच्या दृष्टीने धोक्याचे आहे.

- **हंगामाचा परिणाम :** या विकृतीचे प्रमाण आंबे बहारात जास्त असते.

- **फळांची झाडावरील दिशा :** दक्षिण बाजूकडील फळांमध्ये विकृतीचे प्रमाण जास्त असते. तुलनेने झाडांच्या मध्यावरील आणि

सावलीत राहिलेली फळे कमी प्रमाणात खराब दिसतात.

- **दाण्यांमधील अन्नद्रव्ये आणि रसायनांवर होणारा परिणाम :** विकृती असलेल्या दाण्यांमध्ये विद्राव्य घन पदार्थांचे प्रमाण बरेच कमी होते, पिष्टमय पदार्थांचे (ऑस्कॉर्बिक ऑसिडचे) प्रमाण वाढलेले असते. कारण दाण्यांमध्ये आम्लतेचे प्रमाण कमी होऊन टॅनिनचे प्रमाण वाढते. स्फुरद व कॅल्शिअम यांचे प्रमाण कमी होते. काळ्या दाण्यांमध्ये पॉलीफेनॉल ऑक्सिडेस आणि पॅरॉक्सिडेस या विकरांची वाढ होते. स्फुदर व कॅल्शिअम यांचे प्रमाण कमी; तर नत्र, पालाश व मॅग्नेशिअम यांचे प्रमाण जास्त असते.

उपाययोजना

- रासायनिक औषधांचे प्रमाण किंवा व्यवस्थापनातील क्रम यात बदल करून ही विकृती नष्ट केली जाऊ शकते, असे ठामपणे शिफारस करणे अवघड आहे. त्यावर पुरेसे संशोधन झालेले नाही.
- साधारणपणे फुले उमलल्यानंतर १५० दिवसांच्या पुढे फळे झाडांवर ठेवू नका.
- फळधारणेचा कालावधी लक्षात घेऊन फळांची काढणी करा.
- अवाजवी बुरशीनाशकांचा व संजीवकांचा डाळिंब शेतीमध्ये उपयोग टाळा.
- सेंद्रिय खताचा बीडी कंपोस्टचा जास्तीत जास्त उपयोग डाळिंब बागेमध्ये कसा करता येईल, ते पाहा.

५. डाळिंबाची फुले गळणे

डाळिंबाच्या झाडांना कमी फुले लागणे, जास्त लागली तर ती गळून जाणे, फुलांचे फळात रूपांतर न होणे इत्यादी समस्यांचे समाधान शेतकरी शोधत

फुले गळणे

असतो. तेव्हा फुलांच्या सर्व समस्यांमागील विज्ञान समजून घेतले पाहिजे.

डाळिंबाच्या फूल समस्या

- डाळिंब झाडाच्या खोडात, फांद्यांत व फळकांडीमध्ये कर्बोदके, मुख्य, दुय्यम व सूक्ष्म मूलद्रव्यांचे असंतुलित किंवा कमी प्रमाण असणे. विशेषत: नत्राचे प्रमाण जास्त असल्यास नर-फुलांची संख्या जास्त होऊन ती दोन-तीन दिवसांत गळून पडतात.
- बहार धरताना डाळिंबाच्या झाडांना पाण्याचा योग्य ताण (अपुरा किंवा जादा) न बसल्यास फुले येत नाहीत.
- दोन बहारात योग्य अंतर नसल्यास फुले निघत नाहीत.
- जमिनीच्या पोताप्रमाणे (भारी, मध्यम, हलकी) डाळिंब झाडांची अपुरी / जादा छाटणी झाल्यास फुले येत नाहीत.

- जमिनीच्या प्रतीनुसार पाणी कमी-जास्त दिल्यास फुले गळतात.
- डाळिंब झाडांना जास्त ताणानंतर पाणी दिले तर किंवा नाही दिले तर जमिनीचे तापमान वाढून फूलगळ होते.
- डाळिंब झाडावरील कळी-फुलावर रस शोषणाऱ्या किंवा सर्कोस्पोरा, अल्टरनेरिया, कोलेटोट्रीकम इत्यादींसारख्या रोगांचा प्रादुर्भाव झाला तर फुले गळतात.
- डाळिंब झाडात संजीवकांची कमतरता झाली तर समस्या उद्भवते.
- डाळिंबाला फुले धरण्यासाठी आदर्श तापमान २७° ते ३२° सें. लागते. तापमान यापेक्षा जास्त झाले तर फुले निघण्यात अडचण येते.
- डाळिंबाच्या खरड छाटणीमुळेसुद्धा फुले निघत नाहीत. डाळिंब झाडांवर फुले निघण्याऐवजी पालवी फुटते किंवा कायिक वाढ जास्तीची होते. त्यामुळे फुले जोमदार येत नाहीत. फुले निघाली तरी त्यात मादीऐवजी नर-फुलांचे प्रमाण वाढून ती गळतात.
- फळे पोषणासाठी पुरेसा अन्नसाठा निर्माण करण्यासाठी आवश्यक प्रमाणात पाने झाडावर नसली तर फुले निघत नाहीत किंवा टिकत नाहीत.
- फुलांमध्ये परागीकरण होण्यासाठी आवश्यक मधमाश्यांची संख्या नसली तर फळधारणा होत नाही. गर्भविहीन फुले गळून पडतात. कारण डाळिंबात ९७ टक्के परागीकरण मधमाश्यांद्वारे व बाकी तीन टक्के इतर कीटकांपासून होते.
- जास्त पाऊस, ढगाळ हवामान किंवा सारखा पाऊस अशा परिस्थितीमध्ये फुले मोठ्या प्रमाणात गळतात. हिवाळा व उन्हाळ्यापेक्षा पावसाळ्यात मोठ्या प्रमाणात फूलगळ होते.
- पाणी धरून ठेवणाऱ्या, निचरा व्यवस्थित नसलेल्या जमिनीवरील डाळिंबाची फूलगळ मोठ्या प्रमाणात होते.
- पावसाळ्यात किंवा दमट हवामानात बुरशीजन्य रोगाच्या किंवा किडींच्या प्रादुर्भावामुळे होणारी फूलगळ थांबवण्यासाठी नियमित औषध फवारणी न केल्यास खूप फूलगळ होते.
- अयोग्य खते, अवाजवी संजीवकांचा वापर केल्यास फूलगळ होते.
- डाळिंब लागवडीचे कमी अंतर, झाडांची दाटी, कमी सूर्यप्रकाश व हवा खेळती नसल्यामुळे वाढलेले आर्द्रतेचे प्रमाण यामुळे फुलांचे देठ कुजून ती गळतात.
- डाळिंबात वांगे, टोमॅटो, मिरची, भेंडी, कांदे, लसूण यासारखी आंतरपिके घेतली तर रस शोषणाऱ्या किडींचा प्रादुर्भाव फुलांवर होऊन ती गळतात.

डाळिंबाच्या फूलसमस्येवर सेंद्रिय उपाय

- डाळिंब बागेसाठी काळी भारी जमीन निवडू नका. पावसाळ्यात पाण्याचा चांगला निचरा होणारी जमीन निवडा.
- डाळिंबाची १० × १५ किंवा १० × १२ फुटांवर लागवड करून संपूर्ण झाडांचा भरपूर सूर्यप्रकाश व खेळती हवा मिळेल असे पाहा.
- सेंद्रिय खते, बी.डी. कंपोस्ट, नीम व इतर पेंडी, जीवामृतचे ड्रेंचिंग व फवारणी, जैविक खतांचा वापर करून डाळिंब झाडांवरील पानांची संख्या व आकारमान वाढवण्याचा प्रयत्न करा.
- डाळिंब बागेत धैंचा / ताग ही हिरवळीची पिके वरचेवर घेऊन जमिनीतील सेंद्रिय कर्ब, सूक्ष्म जिवाणूंची संख्या वाढवून झाडे सकस, सशक्त व रोगप्रतिकारक्षम बनवा.

- आर्थिक लाभासाठी इतर आंतरपिके घेतल्यास डाळिंबाच्या झाडांकडे अपुरे लक्ष दिले जाते. जमिनीतील अन्नसाठा वरचेवर वापरला जाऊन कीड-रोगांचा मुक्काम शेतात राहतो. त्यामुळे डाळिंबाची योग्य वाढ व निगा होत नाही, असा अनुभव आला आहे.
- डाळिंब झाडाच्या बुडाभोवती येणारी फूट वरचेवर काढा. वॉटरशूट काढा. चार ते सहा मुख्य फांद्या ठेवून झाडांना योग्य वळण द्या व छाटणी करा.
- एका वर्षात एकच बहार घ्या.
- अवाजवी संजीवके, अयोग्य सेंद्रिय खते, औषधे व जैविक कीड व रोगनाशके वापरू नका. लागवड खर्च वाढवून फूल समस्येला आमंत्रण देऊ नका.

महत्त्वाचे

डाळिंबाच्या मुळी क्षेत्रातील माती बदला. फळे काढल्यावर झाडाखालील मुळी क्षेत्रातील जुनी माती हलक्या पद्धतीने, मुळींना इजा होऊ न देता बाजूला करून तिथे दुसरी सुपीक माती भरा. अशा पद्धतीने डाळिंब झाडांच्या परिघातील वाढलेला सामू असलेली माती बदलल्यामुळे उच्च दर्जाची, रेडिमेड, सुपीक माती झाडांच्या मुळ्यांशी स्थिरावते. त्यामुळे मुळींना अन्नग्रहणासाठी पोषक वातावरण तयार होते.

फायदे

१. मुळींचे आयुष्य वाढून त्या कार्यक्षम होतात.
२. जमिनीखाली चालणारे झाडांचे कार्य सतत नवीन ऊर्जेमुळे निरोगी राहते.
३. झाडांचे आयुष्य वाढून ते अधिकाधिक उत्पादन देतात.

डाळिंबाच्या झाडाच्या खोडात, मुख्य फांद्यांत तसेच पेन्सिल व रिफील आकाराच्या फळकांडीमध्ये कर्बोदकांचे ६० टक्के व नत्राचे

४० टक्के प्रमाण असेल तर फूल समस्येवर मात करता येते. त्यासाठी डाळिंबाच्या झाडांना मुख्य अन्नद्रव्यांची (नत्र, स्फुरद व पालाश) स्लरी, दुय्यम अन्नद्रव्यांची (कॅल्शिअम, मॅग्नेशिअम व सल्फर) स्लरी, सूक्ष्म अन्नद्रव्यांची (लोह, मँगनीज, तांबे, मॉलिब्डेनम, जस्त, बोरॉन, क्लोरीन, क्रोमिअम, सोडिअम, व्हेनडिअम, आयोडीन, सिलिका, सेलेनियम व कोबाल्ट) स्लरी व कडधान्यांची स्लरी पुढीलप्रमाणे द्या.

१. मुख्य अन्नद्रव्यांची स्लरी

डाळिंब रोप लावल्यावर पहिल्या बहाराआधी प्रत्येक महिन्याला एकूण दोन ते तीन वेळा द्या.

घटक : २० किलो ताजे शेण किंवा बायोगॅस स्लरी, १० लीटर गोमूत्र, १५ किलो निंबोळी पेंड, १०० ग्रॅम सायट्रिक ऑसिड, २५० मिली ऑझॉस (एनपीके कन्सोर्शिअम) प्रति ०.४ हेक्टर

२. जिवाणूंची स्लरी

दर दोन महिन्यांतून एकदा द्या.

घटक : २० किलो ताजे शेण किंवा बायोगॅस स्लरी, १० लीटर गोमूत्र, दोन किलो सेंद्रिय गूळ, २५० मिली ऑझॉस (एनपीके कन्सोर्शिअम), एक लीटर इएम-२, एक किलो ट्रायकोडर्मा, एक लीटर पेसिलोमायसिस यांचे मिश्रण @ एक लीटर प्रति झाड ड्रेंचिंग करा.

३. कडधान्यांची स्लरी

दर तीन महिन्यांतून एकदा द्या.

घटक : भरडलेली कडधान्ये प्रत्येकी एक किलो : मूग - मठ - उडीद - चवळी - हरभरा - मसूर - वाटाणा, २० किलो ताजे शेण किंवा बायोगॅस स्लरी, १० लीटर गोमूत्र, दोन लीटर ह्यूमिक ऑसिड, दोन लीटर गांडूळपाणी, १० लीटर इएम-२ यांचे मिश्रण सात ते दहा दिवस आंबवून @ एक लीटर प्रति झाड द्या.

४. दुय्यम व सूक्ष्म मूलद्रव्यांची स्लरी
दर सहा महिन्यांतून एकदा द्या.

घटक : २० किलो ताजे शेण, १० लीटर गोमूत्र, १५ किलो शेंगदाणा पेंड, एक लीटर ॲमिनो ॲसिड, १०० ग्रॅम सायट्रिक ॲसिड, दुय्यम मूलद्रव्ये (प्रत्येकी आठ किलो कॅलिशअम - मॅग्नेशिअम - सल्फर), सूक्ष्म मूलद्रव्ये (चार किलो झिंक सल्फेट, ८०० ग्रॅम मँगनीज, १.६ किलो फेरस सल्फेट, १० ग्रॅम कॉपर सल्फेट, १६ ग्रॅम बोरॉन), पाच टक्के गांडूळपाणी हे सेंद्रिय मायक्रोन्यूट्रियंट असून त्यातूनही कॅलिशअम, मॅग्नेशिअम, लोह इत्यादी अन्नद्रव्ये मिळतात. वरील मिश्रण @ एक लीटर प्रति झाड द्या.

टीप

- डाळिंब लागवडीसाठी, खत देण्यासाठी, फवारणी, छाटणी, बीडी कंपोस्ट इत्यादी शेतीकामे करण्यासाठी शेवटी दिलेल्या बायोडायनामिक कॅलेंडर २०२० चा उपयोग करावा. त्यातील तारखा पाळल्या तर उत्पादनात भरीव फरक पडतो.

- आंबट ताक जास्त दिवस ठेवून त्याचे द्रावण झाडांवर फवारले तर कळी लागते. नवीन फुले येतात. परंतु पावसाळ्यात ताक फवारू नये. आर्द्रतेने बुरशी वाढते. कारण ताकात लॅक्टिक ॲसिड असते. ताकात बुरशीनाशक गुणधर्म कमी; तर जिवाणूनाशक गुणधर्म जास्त आहेत.

- डाळिंबाला फूलधारणा सुरू झाल्यापासून १५ दिवसांच्या अंतराने चार-पाच वेळा गांडूळपाणी @ २५ मिली प्रति लीटर पाणी फवारा. त्याने फूलगळ होत नाही.

■■■

पहिल्या वर्षी डाळिंबाचे पीकपोषण व संरक्षण वेळापत्रक

डाळिंब फळबागेचे पीकपोषण व पीकसंरक्षण जैविक पद्धतीने करताना शेतकऱ्यांनी स्थानिक हवामान, उपलब्ध साधनसामग्री, जमिनीची प्रत, पाण्याची उपलब्धता इत्यादींचा विचार करून निर्णय घ्यावेत. आपल्या जमिनीत डाळिंब झाडांची कमी-जास्त होणारी कायिक वाढ, कीडरोगांचा प्रादुर्भाव, त्यांच्या नुकसानीची आर्थिक पातळी (ETL) पाहूनच कृती करावी. दिलेल्या शिफारशीची अंमलबजावणी सरसकट, जशीच्या तशी करू नये, अंधानुकरण करू नये, डोळसपणे निर्णय घ्यावा.

तरीही, डाळिंब उत्पादक शेतकऱ्यांपुढे ढोबळमानाने पुढील शिफारशी केल्या आहेत. त्यांना आधारभूत मानून त्यात थोडाफार फरक करून त्याची अंमलबजावणी करावी. जमिनीची प्रत व डाळिंब झाडांची वाढ लक्षात घेऊन झाडांना जीवामृत, घन जीवामृत आलटूनपालटून द्यावे. घरी शेळ्या असतील तर त्यांच्या लेंड्या (विष्ठा) एका हौदात भिजू घालून नरम करून प्रति झाड दोन किलो द्यावे. त्यामुळे डाळिंबाची जलद निरोगी वाढ होते.

डाळिंबाला अखाद्य पेंडीचे मिश्रण खूप मानवते. त्यातील आवश्यक ती मूलद्रव्ये झाडांना सावकाश दीर्घ काळ पुरवली जातात. करंज, मोह, लिंबोळी, मोहरी, एरंडी या पेंडींचे मिश्रण एकत्र करून ८० किलो प्रति ०.४ हेक्टर घेऊन भिजवून, गाळून व्हेंचुरीवाटे दिले तर झाडांना आवश्यक ती मूलद्रव्ये मिळतात, सूत्रकृमी होत नाहीत, वाळवी इत्यादी जमिनीतून त्रास देणाऱ्या जीवजंतूंपासून डाळिंबांचे रक्षण होते. द्रावणाचे ड्रेंचिंगही करता येते.

बहुगुणी पंचगव्याचा वापर पीक जलद गतीने वाढण्यासाठी, झाडात कीड-रोगाविरुद्ध प्रतिक्षमता निर्माण करण्यासाठी तसेच रस शोषणाऱ्या किडींपासून संरक्षण मिळण्यासाठी उपयुक्त ठरते.

डाळिंबांची निरोगी वाढ जलद गतीने होण्यासाठी झाडात कर्बोदके व नत्र यांचे प्रमाण ६० : ४० अशा आदर्श प्रमाणात निर्माण करण्यासाठी शेतकऱ्यांनी अत्यंत अभ्यासपूर्ण कृती करावी; म्हणजे अनावश्यक लागवड खर्च होणार नाही.

पहिल्या वर्षी डाळिंबाचे पीककपोषण व संरक्षण वेळापत्रक

लागवडीनंतर महिना	बीडी कंपोस्ट ३२५ किलो / ०.४ हेक्टर (एक किलो / झाड)	बीडी ५०० (२५ ग्रॅम / १५ लीटर / ०.४ हेक्टर / सायंकाळी)	बीडी ५०१ (१ ग्रॅम / १५ लीटर / ०.४ हेक्टर / पहाटे)	सीपीपी (४५० ग्रॅम / १५ लीटर / ०.४ हेक्टर)	पेसिलोमायसिस (९ किलो / ०.४ हेक्टर (बीडी कंपोस्टसह))	ट्रायकोडर्मा (९० मिली / १५ लीटर)	सुडोमोनस (९० मिली / १५ लीटर)	अॅझॉस (२५० मिली / ०.४ हेक्टर (बीडी कंपोस्टसह))	वृक्षलेप (२०० ग्रॅम / झाड)
१	खो.ज.			पा.फ.		पा.फ.		खो.ज.	
२									
३	खो.ज.	ज.शिं.	ह.फ.	पा.फ.	खो.ज.				
४									
५		ज.शिं.	ह.फ.	पा.फ.		पा.फ.	पा.फ.	खो.ज.	
६									
७	खो.ज.	ज.शिं.	ह.फ.		खो.ज.	पा.फ.	पा.फ.	खो.ज.	
८				पा.फ.					
९									
१०	खो.ज.	ज.शिं.			खो.ज.	पा.फ.	पा.फ.	खो.ज.	लेप
११									
१२	खो.ज.	ज.शिं.	ह.फ.						

* खो.ज. : खोडाजवळ जमिनीत मिसळून द्यावे, ज.शिं. : झाडू किवा डहाळीने जमिनीवर शिंपडावे, ह.फ. : हवेतून फवारावे (झाडांवर पडू देऊ नये), पा.फ. : पंपाने पानांवर फवारावे,
ड्रें. : खोडाजवळ ड्रेंचिंग

दुसऱ्या वर्षी डाळिंबाचे पीकपोषण व संरक्षण वेळापत्रक

लागवडीनंतर महिना	बीडी कंपोस्ट ३२५ किलो / ०.४ हेक्टर (एक किलो / झाड)	बीडी ५०० (२५ ग्रॅम / १५ लीटर / ०.४ हेक्टर / सायंकाळी)	बीडी ५०१ (१ ग्रॅम / १५ लीटर / ०.४ हेक्टर / पहाटे)	सीपीपी (४५० ग्रॅम / १५ लीटर / ०.४ हेक्टर)	पेसिलोमायसिस (९ किलो / ०.४ हेक्टर (बीडी कंपोस्टसह))	ट्रायकोडर्मा (९० मिली / १५ लीटर)	सुडोमोनस (९० मिली / १५ लीटर)	अॅझॉस (२५० मिली / ०.४ हेक्टर (बीडी कंपोस्टसह))	वृक्षलेप (२०० ग्रॅम / झाड)
१३									
१४	खो.ज.			पा.फ.					
१५									
१६				पा.फ.					
१७									
१८	खो.ज.			पा.फ.	खो.ज.	पा.फ.	पा.फ.	खो.ज.	
१९				पा.फ.					
२०				पा.फ.					लेप
२१	खो.ज.	ज.शिं.	ह.फ.	पा.फ.					
२२				पा.फ.					
२३		ज.शिं.	ह.फ.	पा.फ.					
२४	खो.ज.			पा.फ.					

* खो.ज. : खोडाजवळ जमिनीत मिसळून द्यावे, ज.शिं. : झाडू किंवा डहाळीने जमिनीवर शिंपडावे, ह.फ. : हवेतून फवारावे (झाडांवर पडू देऊ नये), पा.फ. : पंपाने पानांवर फवारावे, ड्रें. : खोडाजवळ ड्रेंचिंग

शेतीचे बायोडायनामिक कॅलेंडर सन २०२०

महिना	पेरणीस सर्वोत्तम	पेरणीस उत्तम	पेरणीस चांगला दिवस	कीड-रोगनाशकाची फवारणी	रोपांचे स्थलांतर	नोड	अमावास्या	भूमीतील पीक लागवड	फूलवर्गीय पीक लागवड	बियाणे / फळझाड लागवड योग्य दिवस	पालेभाज्या लागवड योग्य दिवस
	(MOS)	पौर्णिमेच्या ४८ तास आधी	चंद्र उत्तरायण स्थितीत (असेंडिंग पिरीयड)	अमावास्ये-आधी २४ तास	भूमीतील पीक काढणी	सर्व कामास अत्यंत अशुभ	अशुभ दिवस	बटाटे, मुळा	केळी, गुलाब, जरबेरा	कापूस, तूर, डाळिंब	मेथी, पालक, कोथिंबीर, चारा इत्यादी
	चंद्र-शनी ग्रह समोरासमोर		पेरणी कापणी, बीडी ५०१ फवारणी		(डिसेंडिंग पिरियड)			रूट डे	फ्लॉवर डे	सीड / फ्रूट डे	लिफ डे
जानेवारी	११	९	१ ते ९, ११, २५ ते ३१	२४	१२ ते २४	१०, २३	२५	७, ८, १५, १६, २४	९, १७, १८, २६ ते २८	४ ते ६, १३, १४, २२	१, २, ३, ११, १२, १९ ते २१, २९ ते ३१
फेब्रुवारी	७	७, ८	१ ते ५, २१, २२, २४ ते २९	२२	८ ते १८, २०	६, १९	२३	३, ४, १२, १३, २०, २१, २२	५, ७, १४, १५, २४	१, २, १०, ११, १८, २८, २९	८, ९, १६, १७, २५ ते २७
मार्च	६	७	१, २, ३, ५, १९ ते २३, २५ ते ३०	२३	७ ते १६, १८	४, १७, ३१	२४	२, ३, १०, ११, १९, २०, २९, ३०	५, १२, १३, २१ ते २३	१, ८, ९, १६, १८, २६ ते २८	६, ७, १४, १५, २५
एप्रिल	३, ३०	६	१, २, १६ ते २२, २४ ते २६, २८, २९	२२	३ ते १२, १४, १५, ३०	१३, २७	२३	६, ७, १५, १६, २५, २६	१, २, ८, ९, १७, १८, १९, २८, २९	५, १४, २२, २४	३, ४, १०, ११, १२, २०, २१, ३०

महिना	पेरणीस सर्वोत्तम	पेरणीस उत्तम	पेरणीस चांगला दिवस	कीड-रोगनाशकाची फवारणी	रोपांचे स्थलांतर	नोड	अमावास्या	भूमीतील पीक लागवड	फूलवर्गीय पीक लागवड	बियाणे / फळझाड लागवड योग्य दिवस	पालेभाज्या लागवड योग्य दिवस
	(MOS)	पौर्णिमेच्या ४८ तास आधी	चंद्र उत्तरायण स्थितीत (असेंडिंग पिरीयड)	अमावास्ये-आधी २४ तास	भूमीतील पीक काढणी	सर्व कामास अत्यंत अशुभ	अशुभ दिवस	बटाटे, मुळा	केळी, गुलाब, जरबेरा	कापूस, तूर, डाळिंब	मेथी, पालक, कोथिंबीर, चारा इत्यादी
	चंद्र-शनी ग्रह समोरासमोर		पेरणी कापणी, बीडी ५०१ फवारणी		(डिसेंडिंग पिरियड)			रूट डे	फ्लॉवर डे	सीड / फ्रूट डे	लिफ डे
मे	२७	५	१३ ते २१, २३, २४, २६	२१	१ ते ६, ८, ९, ११, १२, २८ ते ३१	१०, २५	२२	४, ५, १२, १३, १४, २३, ३१	६, ७, १५, १६, २४, २६	२, ३, ११, २०, २१, २९, ३०	१, ८, ९, १७, १८, १९, २७, २८
जून	२३	४	९ ते २०, २२	२०	१ ते ५, ७, ८, २४ ते ३०	६, २१	२१	१, ९, १०, १८, १९, २०, २७, २८, २९	२, ३, ११, १२, २२, ३०	७, ८, १६, १७, २५, २६	४, ५, १३, १४, १५, २३, २४
जुलै	२०	३	७ ते १७, १९, २०	१९	१, २, ३, ५, ६, २१ ते ३०	४, ८, ३१	-	६, ७, १६, १७, २५, २६	१, ८, ९, १०, १९, २७, २८	५, १३, १४, १५, २३, २४	२, ३, ११, १२, २०, २१, २२, २९, ३०
ऑगस्ट	१७	१, ३१	३ ते १४, १६, १७	१८	१, २, १८, २० ते २६, २८, २९	१५, २७	१९	२, ३, ४, १२, १३, १४, २१, २२, ३०, ३१	४, ६, १६, २३, २४	१, १०, ११, २०, २८, २९	७, ८, ९, १७, १८, २५, २६

महिना	पेरणीस सर्वोत्तम	पेरणीस उत्तम	पेरणीस चांगला दिवस	कीड-रोगनाशकाची फवारणी	रोपांचे स्थलांतर	नोड	अमावास्या	भूमीतील पीक लागवड	फूलवर्गीय पीक लागवड	बियाणे / फळझाड लागवड योग्य दिवस	पालेभाज्या लागवड योग्य दिवस
	(MOS)	पौर्णिमेच्या ४८ तास आधी	चंद्र उत्तरायण स्थितीत (असेंडिंग पिरीयड)	अमावास्ये-आधी २४ तास	भूमीतील पीक काढणी	सर्व कामास अत्यंत अशुभ	अशुभ दिवस	बटाटे, मुळा	केळी, गुलाब, जरबेरा	कापूस, तूर, डाळिंब	मेथी, पालक, कोथिंबीर, चारा इत्यादी
	चंद्र-शनी ग्रह समोरासमोर		पेरणी कापणी, बीडी ५०१ फवारणी		(डिसेंडिंग पीरियड)			रूट डे	फ्लॉवर डे	सीड / फ्रूट डे	लिफ डे
सप्टेंबर	१३	१, ३०	१ ते १०, १२, १३, २७ ते ३०	१६	१४ ते १६, १८ ते २२, २४ ते २६	११, २३,	१७	८ ते १०, १८, २६, २७	१, २, १२, १९, २०, २८ ते ३०	६, ७, १५, १६, २४, २५	३ ते ५, १३, १४, २१, २२
ऑक्टोबर	१०	२९	१ ते ७, ९, १०, २४ ते ३१	१६	११ ते १६, १८, १९, २१ ते २३	८, २०	१७	६, ७, १५, १६, २३, २४	९, १०, १८, २५ ते २७	३ ते ५, १३, १४, २१, २२, ३०, ३१	१, २, ११, १२, १९, *, २९
नोव्हेंबर	७	२८	१, २, ३, ५, ६, ७, २० ते ३०	१४	८ ते १४, १६, १८, १९	४, १७	१५	२, ३, ११, १२, १९, २०, २१, २९, ३०	५, ६, १३, १४, २२, २३	१, ९, १०, १८, २७, २८	७, ८, १६, २४, २५
डिसेंबर	४	२९	२, ३, ४, १८ ते २७, २९, ३०, ३१	१३	५ ते १३, १५, १६, १७	१, १४, २८	१४	९, १०, १७, १८, २६, २७	२, ३, ११, १२, १९, २०, २९, ३०	६, ७, ८, १५, १६, २४, २५	४, ५, १३, २१, २२, *, ३१

MOS (Moon Opposite Saturn) : पेरणीसह सर्व कामांसाठी सर्वोत्तम दिवस. त्या दिवशी चंद्र शनि ग्रहासमोर असतो. चंद्र उपग्रहाकडून कॅल्शिअम फोर्सेस व शनि ग्रहाकडून सिलिका फोर्सेस पृथ्वीवरील पिकांना मिळतात. पीकवाढ व रोगप्रतिकारकशक्ती मिळते.

पौर्णिमेच्या आधी ४८ तास पेरणी : पौर्णिमेला चंद्र पृथ्वीपासून नेहमीपेक्षा २८,००० किलोमीटरने जवळ असल्याने गुरुत्वाकर्षण प्रभाव वाढतो. त्याने समुद्राच्या पाण्याला भरती येते. तसेच जमिनीतील पाणी (ओलावा) वर येतो. त्यामुळे पेरलेल्या बियाण्याला योग्य ओलावा मिळतो व उगवण चांगली होते.

असेंडिंग पीरियड : भूमिगत पिके उदाहरणार्थ, बटाटे, मुळा, गाजर, हळद, वगळता सर्व पिकांची पेरणी करावी.

अमावास्येआधी २४ तास फवारणी : अमावास्येला रात्री पतंगवर्गीय किडी पिकांवर अंडी घालतात. अमावास्येच्या आधी फवारणी केल्याने पतंग वासाने अंडी घालत नाहीत.

डिसेंडिंग पीरियड : रोपांचे स्थलांतर, भूमीतील पिकांची काढणी, बीडी ५०० शिंपडणे, झाडांची छाटणी

नोड : शेतीकामास अत्यंत अशुभ दिवस. त्या दिवशी MOS असेल तर पेरावे; नसेल तर पेरू नये. कारण त्या दिवशी पेरलेल्या पिकांवर कीड-रोग जास्त येतात. वाढ कमी होते.

अमावास्या : शेतीकामास अशुभ, बैलांना आणि जमिनीला विश्रांती द्यावी.

रूट, फ्लॉवर, लिफ, फ्रूट, सीड डे : निर्देशित दिवशी लागवड केल्यास ब्रह्मांडाच्या ऊर्जेमुळे पीक चांगले वाढते. ८ ते १८ टक्क्यांनी उत्पन्न वाढते. कीड-रोग प्रादुर्भाव कमी होतो.

■■■

महत्त्वाची संकेतस्थळे

कृषी विभाग, महाराष्ट्र शासन	http://agri.mah.nic.in
महाराष्ट्र शासन	www.maharashtra.gov.in
कृषी व सहकार विभाग, केंद्र शासन	http://www.agricoop.nic.in
डॉ. पंजाबराव देशमुख कृषी विद्यापीठ, अकोला	http://pdkv.mah.nic.in
डॉ. पंजाबराव दे. कृषी विद्यापीठ	http://www.pdkv.org
डॉ. बाळासाहेब सावंत कोकण कृषी विद्यापीठ, दापोली, जि. रत्नागिरी	http://www.dbskkv.org
महात्मा फुले कृषी विद्यापीठ, राहुरी, जि. अहमदनगर	http://mpkv.mah.nic.in
भारतीय कृषी अनुसंधान केंद्र, नवी दिल्ली	www.icar.org.in
भारतीय कृषी संशोधन संस्था, नवी दिल्ली	www.iaripusa.org
जागतिक बँक	www.worldbank.org
इक्रीसॅट, पटनचेरु, आंध्र प्रदेश	www.icrisat.org
हॉर्टीकल्चर ट्रेनिंग सेंटर, तळेगाव (पुणे)	www.msamb.org
सेंटर फॉर सायन्स ॲन्ड एनव्हिरॉनमेंट, दिल्ली	www.cseindia.org
मराठा चेंबर ऑफ कॉमर्स इंडस्ट्रीज ॲन्ड ॲग्रिकल्चर, पुणे	www.mcciapune.com
भात, गहू संशोधन संचालनालय, दिल्ली	www.nic.in/icar/dwri/htm
केंद्रीय मेंढी संशोधन संस्था	www.up.nic.in
तेलबिया संशोधन संचालनालय, दिल्ली	www.dor.icar.org
राष्ट्रीय दुग्धसंस्था, कर्नाल (हरियाणा) नॅशनल डेअरी रिसर्च इन्स्टिटट्यूट	www.ndri.nic.in
राष्ट्रीय मशरूम संशोधन संचालनालय	www.nrc.mushroom.cim
राष्ट्रीय औषधी व सुगंधी वनस्पती संशोधन केंद्र, लखनौ	www.nrcmap.org
कृषी व्यावसायिक संस्था	www.agricultureonline.com

'किसान' कृषी प्रदर्शन, पुणे	www.kisan.com
अफार्म, पुणे	www.afarm.org
कृषी सल्ला, कृषी विज्ञान केंद्र, बारामती (पुणे)	www.kvkbaramati.com
सफेद मुसळी माहिती व मार्गदर्शन	www.nandanmusli.com
अपेडा, दिल्ली	http://www.apeda.com
कृषी विज्ञान केंद्र, बाभळेश्वर, जि. अहमदनगर	www.kvk.pravara.org.in
सेंटर फॉर लर्निंग ऑर्गॅनिक ऑग्रिकल्चर	www.sholaischool.org
सेंद्रिय स्पायसेस फार्म, गोवा	www.shakarifarms.com
मॅनेज संस्था, हैदराबाद, आंध्र प्रदेश	www.manage.gov.in
शेतीमाल बाजारभावासाठी माहिती	www.agmarket.nic.in
प्रयोग परिवार, सातारा	www.prayogparivar.net
ग्रामीण शेती विकासविषयक संस्था	www.ruralrelations.com
पशुविषयक माहिती, अंथरा संस्था, पुणे	www.anthra.org
मॅजियम सागवान रोपे संस्था, मुंबई	www.growfastmangium.com
हरितगृह आच्छादन माहिती, पुणे	www.ginegar.com
शेतीविषक माहिती	www.agricultureinformation.com
एच.ए.एल. प्रयोग परिवार, पुणे	www.prayogparivar.net
श्रीरोज ग्रीन हाउस उभारणी, पुणे	www.srirozgreenhouse.com
डिस्टीलेशन प्लँट निमिते, हैदराबाद	www.dhopeshwar.com
किसान वर्ल्ड	www.kisanworld.com
ऑर्गॅनिक फार्मिंग असोसिशन ऑफ इंडिया, गोवा	www.ofai.org
बांबू रोपे व लागवड मार्गदर्शन	www.globalcoolingfoundation.org
सेंद्रिय बियाणे	www.hindustancrop.com
महाराष्ट्र ऑर्गॅनिक फार्मिंग फेडरेशन, पुणे	www.moffindia.org
पीजीएस सेंद्रिय प्रमाणीकरण संस्था, दिल्ली	www.pgsindia.ncof.gov.in
बायोडायनामिक शेती पद्धती व कॅलेंडर	http:// www.biodynamics.in http:// www.organichutbkk.com http://supabiotech.org http:// www.naandi.org/the-araku-way/

संदर्भ सूची

- *डाळिंब - बहुगुणी औषधी फळ*, राष्ट्रीय डाळिंब संशोधन संस्था, केगाव, जि. सोलापूर ४१३ २५५
- *संगीताने शेती फुलवा*, लेखन व संकलन : गजानन नामपूरकर, निवृत्त कृषी सहाय्यक, कृषी आयुक्तालय, पुणे
- *ट्रॉम्बे शेतीपत्रिका*, जून १९७७
- *संगीतातून कृषी समृद्धी*, कृषी उत्पादनासाठी संगीतोपचार, डॉ. एन. के. भूते, कीटकशास्त्रज्ञ, आनंद निकेतन कृषी महाविद्यालय, आनंदवन, वरोरा, जि. चंद्रपूर (महाराष्ट्र)
- *दि पॉवर ऑफ मूव्हमेंट्स इन प्लँट्स*, चार्ल्स डार्विन (१८५९)
- मन:शक्ती केंद्र, वनस्पती प्रयोग विभाग, लोणावळे ४१० ४०१ (महाराष्ट्र)
- *डाळिंब उत्पादन तंत्रज्ञान*, कृषी विज्ञान केंद्र (पायरेन्स), बाभळेश्वर, ता. राहता, जि. अहमदनगर
- *डाळिंब लागवड व व्यवस्थापन*, जगन्नाथ शिंदे
- *निर्यातक्षम डाळिंब उत्पादन तंत्रज्ञान*, रवींद्र म. काटोले
- *डाळिंब लागवड - जैन तंत्रज्ञान*, जैन इरिगेशन सिस्टिम्स लि., जळगाव
- *डाळिंब शेती*, संपादक : विजय दुधाळे, सकाळ प्रकाशन
- *डाळिंब*, डॉ. वि. सु. बावसकर
- *डाळिंब मार्गदर्शिका*, अखिल महाराष्ट्र डाळिंब उत्पादक संशोधन संघ, पुणे
- *डाळिंब शेतीचे यशस्वी मंत्र*, सुधीर सोनवणे
- *पाणी व्यवस्थापनाचे महत्त्व*, राष्ट्रीय डाळिंब संशोधन केंद्र, केगाव, जि. सोलापूर ४१३ २५५
- *डाळिंब बहुगुणी औषधी फळ*, राष्ट्रीय डाळिंब संशोधन केंद्र, केगाव, जि. सोलापूर ४१३ २५५
- *फळबाग छाटणी तंत्र*, ११ ते १७ एप्रिल २०१३, आधुनिक किसान, औरंगाबाद
- *तण देई धन - सेंद्रिय शेतीचा मूलमंत्र*, विवेक शरद रानडे, वर्धा (महाराष्ट्र)
- *डाळिंबावरील रोग व कीड निदान आणि व्यवस्थापन*, राष्ट्रीय डाळिंब संशोधन केंद्र, केगाव, जि. सोलापूर ४१३ २५५
- *व्यावहारिक बायोडायनामिक शेती*, सुपा बायोटेक प्रा. लि., नैनीताल, उत्तरांचल

- बायोडायनामिक ऑग्रिकल्चर, बेसिक कोर्स, स्टडी मटेरियल, भाईकाका कृषी केंद्र, रविपुरा, जिल्हा आणंद (गुजरात)
- *डाळिंब प्रशिक्षण पुस्तिका, वर्धा फॅमिली प्रोजेक्ट, नांदी फाउंडेशन, वर्धा*
- डॉ. सर्वदमन पटेल, भाईकाका कृषी केंद्र (बायोडायनामिक फार्म), रविपुरा, जिल्हा आणंद, गुजरात आंतरराष्ट्रीय प्रशिक्षण केंद्र
- *बायोडायनामिक प्लॅंटिंग कॅलेंडर - इंडिया सन २०२०*
- *तेल्यामुक्त डाळिंब उत्पादन, दत्तात्रय ढिकले*
- एम. एम. मुरुगप्पा चेट्टीयार रिसर्च सेंटर, थारामनी, चेन्नई ६०० ११२ (तमिळनाडू)
- ग्रामपरिवर्तन, पुणे
- http://www.gmo-free-regions/kconference2010/press.html
- www.monosantovideorevolt.com
- *The Myths of Safe Pesticides*, Andre Leu
- *Pomegranate Growing Manual*, National Reserach Centre on Pomegranate, Kegon, Dist. Solapur 413 255

दिलीपराव देशमुख बारडकर

एम.एस्सी. (ॲग्री), एलएल.बी.

२०७, हिल टॉप रेसिडेन्सी, व्यंकटेश नगरी, नागठाणा रोड, वर्धा ४४२ ००१

मोबाईल : ९८८१४ ९७०९२

इ-मेल : dilipraodbaradkar@gmail.com

- नामवंत कीटकतज्ज्ञ, हिंदुस्थान सिबा-गायगी इंडिया लिमिटेड उद्योगसंस्थेतून प्रांतीय संशोधन अधिकारी म्हणून निवृत्त

- सेंद्रिय शेती पद्धतीचे खंदे प्रचारक, बारड येथील स्वतःच्या शेतीत सेंद्रिय पद्धतीने विविध पिकांचे उत्पादन व संशोधन

- विविध शेतपिकांवरील किडी व त्यांचा प्रसार, किडींमुळे होणारे रोग, प्रतिबंधात्मक कीडनाशकांमध्ये वापरली जाणारी रसायने, इत्यादींचे महाराष्ट्र, गोवा, कर्नाटक, मध्य प्रदेश व तमिळनाडू या राज्यांमध्ये प्रदीर्घ काळ संशोधन

- विविध स्वयंसेवी संघटनांच्या माध्यमातून सहयोगी शेती, सेंद्रिय शेतीविषयक मार्गदर्शन व प्रसार

- रेसिड्यू फ्री ॲण्ड ऑर्गॅनिक मिशन इंडिया फेडरेशन संस्थेचे सल्लागार म्हणून कार्यरत

- सेंद्रिय शेतीचे महत्त्व, रासायनिक कीडनाशकांचे धोके इत्यादी विषयांवर अनेक वृत्तपत्रांमधून व नियतकालिकांमधून लिखाण

- विविध यशस्वी कृषिप्रयोगांवर आधारित मार्गदर्शनपर नऊ पुस्तके प्रकाशित

- जागतिक कृषी परिषद, २०१९मध्ये कृतिशील सहभागाबद्दल प्रशस्तिपत्र. त्याशिवाय शेतीमित्र, सिंचन मित्र, सेंद्रिय शेती शिल्पकार, स्व. शंकरराव किर्लोस्कर पारितोषिक, रेसिड्यू फ्री ॲण्ड ऑर्गॅनिक मिशन इंडिया फेडरेशन प्रशस्तिपत्र अशा विविध पुरस्कारांनी सन्मानित